"நீளும் இரவினுள் பதில்களையும்
புத்துயிர்ப்பையும் தேடி ஒரு பயணம்..."

AF437698

கௌதம் நாராயணன்

ISBN 979-8-88684-590-7

நீளும் இரவினுள் பதில்களையும் புத்துயிர்ப்பையும் தேடி ஒரு பயணம்…

"எல்லாம் முடிந்தது. எனக்கு இனி விடுதலையே கிடையாது."

ஒரு சுயத்தின் நடுங்கி குறுகும் குரல் இந்த குறுநாவலின் முதல் சில பக்கங்களிலே எதிரொலிக்கிறது. இந்த குரல் தான் இப்புத்தகத்தில் தொடர்ந்து நடுக்கத்துடன் உண்மைகளை சீற்றம் கொண்டு சொல்லி இந்த கதையை, அதன் மனிதர்களை, அவர்களின் வாழ்வை, மனங்களை நமக்கு கடத்துகிறது. மனித மனங்களின் ஆழ்ந்த இருளினுள் நம்மை வழி நடத்தும் வெளிச்சமும், அந்த இருள் சூழ்ந்த பாதையில் நாம் தடுமாறி பற்றும் இரும்புச் சங்கிலியும் தான் இந்த குரல். விடுதலையே கிடையாது என்னும் அந்த குரலின் சோர்விலும், கசந்த இறுக்கத்திலும் ஒரு மன்றாடல் துடித்துக்கொண்டே தான் இருக்கிறது. இந்த சுய மன்றாடலே கறைகள் பல படிந்த ஆத்மாக்களின் போராட்டம், தன் எல்லைகளை, ரூபங்களை, தவிப்பை, மொத்த இருளை ஒருங்கே கண்டு கலங்கி மிரளும் குரல். இந்த குரலையும் அதன் ஒப்புதல்களையும் தான் கௌதமின் கதைகள் மிகவும் தீவிரமாக தேடிச்சென்று பதிவு செய்கின்றன. இந்த கதையும் அப்படியான குரலின், அதன் வாக்குமூலத்தின் ஒன்றே. கழுத்து நெறிக்கப்பட்டு மூச்சு திணறும் இறுதி போராட்டம் வரை அந்த குரல் கூறிச் சென்ற கதை.

கறைகள் படாத வெள்ளை வேட்டி அணிந்து, எப்போதும் தனது பஜார் கடையில் செல்வாக்குடன் இருக்கும் நீலகண்ட பிள்ளையின் கதை. அவரின் மிடுக்கான சலனமில்லா வெளித்தோற்றத்தை கடந்து கறைகளும், ரணமும், குமட்டும் நாற்றமும், மனித

மனதின் பிசுபிசுப்பும் வெளிப்படும் இந்த கதை வாழ்வின் கரைகளில் அலைந்துத் திரியும் வெள்ளை ஆத்மாக்களின் உளவியல் சிக்கல்களை தோலுரித்து அகவாழ்வை துல்லியமாக கதைபடுத்தும் புனைவு. இந்த புத்தகத்தை பற்றி யோசிக்கையில் நபகோவின் லோலிட்டா தான் எனக்கு முதலில் நினைவுக்கு வருகிறது. அந்த கதையிலும் முதன்மை கதாபாத்திரமான நடுத்தர வயது ஹம்பர்ட் தன்னை விட பல வயது சிறியவளான பதின்பருவ லோலிட்டா மீது ஈர்க்கப்படுவார், அந்த நாவலும், அதன் டிராமாவும் அவரது ஈர்ப்பின் விளைவு. அவரது வாக்குமூலமாக தொடரும் அந்த நாவலில் அந்த ஈர்ப்பு காமத்தை தாண்டி, ஒரு வகை காதலாக ரோமாண்டிசைஸ் செய்யப்பட்டிருக்கும். கௌதமின் இந்த நாவலும் ஒரு வாக்குமூலாமாக, stream-of-consciousness பாணியில் அமையும் பொழுதும் இங்கே எழுத்தாளர் பிரதானமாக காமத்தை, அந்த உணர்ச்சியின் ஆணிவேர்களை, அது விளைவிப்பதை, அந்த உணர்ச்சியின் எழுச்சியை முதுமையுடனும், வாழ்வின் இயலாமையுடனும் முரண் படுத்தி ஒரு தேர்ந்த interior drama, அதாவது அகவாழ்வின் பிறழ்வை தனது கதையின் மூலமாக கட்டமைக்கிறார்.

இப்படி கட்டமைக்கப்பட்ட இந்த புனைவை நீங்கள் எப்படியான கதையாகவும் பார்க்கக்கூடும். முதுமையின் கதையாக, நீங்கள் கடந்து சென்ற மனிதனின் கதையாக, காமத்தின் கதையாக, இயலாமையின் கதையாகவும் கூட பார்க்கலாம். நான் இதை முதன்மையாக மரணத்தின் கதையாக தான் பார்த்தேன். எழுத்தாளர் இந்த குறுநாவலில் ஒரு இடத்தில் சொல்வதை போல், "ஒப்பாரிகள் வெளிச்சம் போட்டு காட்டும் ஒளித்து வைக்கப்பட்ட வாழ்க்கைகள்"ளின் கதை இது. மரணத்தின் பின்பு தான் பல வாழ்க்கைகளும் அதன் தூசிபடிந்த பக்கங்களும் திருப்பியே பார்க்கப்படுகின்றன. அப்படி திருப்பிப்பார்க்கப்படும் வாழ்க்கைகளில் எல்லாம் மரணத்தின் வாடை அடித்துக்கொண்டே இருப்பதும் இயல்புதானே.

ஒரு வகை மிரட்சியுடனும் குழப்பத்துடனும் நாம் எதிர்கொள்ளும் மரணங்களின் பின் கதையாக கூட இந்த கதை இருக்கக்கூடும். தற்கொலைகளின் கதையாகவும். நீலகண்டனின் கதையில் மரணத்தின் வாடை அடித்துக் கொண்டே இருக்கிறது. இந்த கதையின் அத்தனை மனிதர்களின் வாழ்விலும் அது நிழலாடுகிறது. நீலகண்டனின் அம்மாவின் மரண ஓலம், கிழவியின் மகளின் சாவு, மரணத்தின் வருகையை தினம் தினம் நினைவூட்டும் முனுசாமி மனைவி அறையின் மலநாற்றம், கருப்பையாவின் மரணம் வரை மரணத்தின் நிழல் விரிகிறது. இந்த மரணம் தான் நீலகண்டனின் குழந்தை பருவத்திற்கும், கலைச்செல்வியின் குழந்தை பருவத்திற்கும் கூட நிகழ்ந்தது என்றும் சொல்லலாம். மரணம் இந்த மனிதர்களை விரட்டிக் கொண்டே தான் இருக்கிறது.

பஜாரில் இரண்டு தலைமுறைகளாக கடை வைத்து நடத்துபவர் நீலகண்ட பிள்ளை. மனைவி, மகன் என நிறைவான குடும்பம் தான். கொடிய நஞ்சேறிய இறைவனின் பெயர் அவருக்கு, அவரின் எண்ண ஓட்டங்களும், அவருள் நஞ்சாய் எரியும் காமமும் அவரின் சுயத்தையே ஆக்கிரமிக்கிறது. அவர் ஈர்க்கப்படுவது பதின் வயது சிறுமியான கலைச்செல்வி மேல். காமம், முதுமை, இளமை, இறை, கலை என அவர்களுக்குள் நடக்கும் போராட்டத்தை நீலகண்டன் விளைவிக்கும் அழிவை, அவரின் சுய சிதைவை பல கோணங்களில் வாசிக்க இயலும்.

நீலகண்டனுள் நடக்கும் இந்த சிதைவு ஒரு திடீர் சம்பவத்தின் விளைவல்ல, சிறுக சிறுக மனதை அரித்து அழிக்கும் எண்ணஓட்டங்களின் தொடர் பிறழ்வு அவை. அதை மிக நெருக்கமாக இந்த புனைவு தொடர்கிறது. இதை எழுத்தாளர் தனி மனித உண்மையாக, உலக இயல்பாகவும் முன்வைத்து வியக்கிறார், "பெரிய போர்களும், கலவரங்களும், வன்முறையும் எப்படி ஓர் அற்பமான சிறிய விஷயத்தில் இருந்து துவங்குகின்றன என

இப்போது யோசித்து பார்த்தாலும் வியப்பாக இருக்கிறது." மனிதன் தான் உலகிலே மகத்தான சல்லிப்பயல் என ஜி.நாகராஜன் சொல்லியதில் எழுத்தாளருக்கும் அழுத்தமான உடன்பாடு இருக்கக்கூடும். மனித மனங்களின் அற்பத்தனங்களை, எண்ண ஓட்டங்களின் துல்லியத்தை, தவிப்பை மிக நேர்த்தியாக கதையாக்கும் இந்த புனைவின் உளவியல் உண்மைகள் ஏராளம். மனித மனங்களின் இந்த அற்பத்தனத்தையும், இருளையும் சில தேர்ந்த எழுத்தாளர்களே இத்தனை நெருக்கத்தில் சென்று ஆய்ந்து, அந்த இருளுடன் பயணித்து, அதை கதைகளாக கடத்தி நம்மில் ஒரு பெரும் தாக்கத்தை ஏற்படுத்தியிருக்கிறார்கள். அப்படியான இந்த கதைகளை அறத்துடன் பேசுவது என்பது அதனினும் அரிது தான். வாழ்வென்னும் சிலுவையில் அறையப்பட்ட இந்த மனிதர்களின் கதையை கௌதமின் இந்த நேர்த்தியான புனைவு அறத்துடனும் பேசுகிறது. தொடர்ந்து மனிதத்தின் மீது கேள்விகளை எய்துக்கொண்டே இருக்கும் அவரது கதைகள் இருளை நெருங்கி ஆயும்பொழுதும் அந்த இருளை கிழித்துக்கொண்டு எப்பொழுதும் ஒரு ஒளிக்கதிர் இந்த புனைவுகளில் மிளிரும். அந்த சிறிய ஒற்றை ஒளிக்கதிர் தான் மொத்த இருளுக்கும் எதிரான பேராயுதம். அந்த ஒளிக்கதிர் ஒரு கிழவியின் சிரிப்பாக இருக்கலாம், பசி ஆற்றப்பட்ட குழந்தையின் ஆசுவாசமாக இருக்கலாம், கடலின் மேல் சிறகடிக்கும் பறவையாக இருக்கலாம், தன் தாயை கொன்றவனின் காலை நக்கும் அன்பு மட்டுமே பழகிய நாய்க்குட்டியாக இருக்கலாம். இந்த தேடலும், கேள்விகளும், உண்மையும், புத்துயிர்ப்பின் சாத்தியக்கூறும், அதன் மறுப்பின் எதிர்வினையும் இப்புனைவின் உயிரோட்டம். வரும் பக்கங்களில் ஒரு நீண்ட இரவை நீங்கள் எதிர்கொள்ளக் கூடும், தொடரும் விடியல் பதில்களையும் புத்தியிர்ப்பையும் வாசகருக்கு ஏந்தி வருபவை.

- மிர்ரா
(Entertainment Journalist)
(Assistant Director)

〜

நன்றி

இப்படைப்பு உருவாவதற்கு நானும், என் ஆற்றலும் மட்டுமே காரணம் என்று கூறினால் அது என் அகந்தையின் உமிழ்தலாக இருக்குமேயன்றி மெய்யாகாது. இக்கதை என்னுள் கருவுற்று, என்னால் எழுதப்பட்டதாகவே இருந்தாலும், இது நிகழ்வதன் சாத்தியங்களை, சூழல்களை நிர்ணயித்ததும், அச்சூழலை ஒரு படைப்பாளியின் மனநிலையோடு நான் எதிர்கொண்டதற்கும் என்னை மிஞ்சிய, என் புலன்களால் உணரமுடியாத ஏதோ ஒன்றின் விசையும், என் குடும்பமும், எனக்கு அமைந்த நண்பர்களின் இருத்தலுமே காரணம்.

நான் நானாக இருப்பதன் விளைவாக இப்படைப்பை கருதுகையில் என்னை என் போலவே இருக்கவிட்ட என் தாய் கல்யாணியும், தந்தை லட்சுமி நாராயணனும், தங்கை ஐஸ்வர்யாவும் இக்கதையின் துணையெழுத்தாளர்களே என்று கூறுவதில் மிகை இருக்கமுடியாது.

என் உளவியலின் பாரத்தை, அதன் சிக்கலான குணத்தை, என் இறுக்கமான இருத்தலை என் மனமே சகித்துக்கொள்ளத் தவறிய தருணங்கள் ஏராளமாக இருப்பினும், என்னைப் புரிந்துக்கொண்டு, என்னை அடைகாக்கும் நண்பர்கள் லோஹித் மற்றும் பிரகதீஷ் அஜந்தனிற்கு நான் கடன்பட்டிருக்கிறேன்.

என்னை எப்போதும் ஊக்குவிக்கும், நான் பெரிதும் மதிக்கும் ஆற்றலும், படைப்புத்திறனும் கொண்ட மிர்ராவிற்கு என் நன்றியும் வாழ்த்துக்களும்.

எனக்காக நேரம் ஒதுக்கி இக்கதையைப் படித்து பிழை திருத்திய ஆசிரியை சந்திரா அவர்களுக்கும் என் நெஞ்சார்ந்த நன்றிகள்.

- கௌதம் நாராயணன்
(9500506151)

கறை

நேற்று காலை நல்ல குளிர். கைவிரல்களின் நுனியில் ஊசிகள் பதைக்கப்பட்டதுபோல் இருந்தது. மூக்கின் நுனியும், காது மடல்களும் லேசாக வலித்தது. ஒரே இரவில் என் உடலில் மிஞ்சியிருந்த பொலிவு அத்தனையும் கரைந்தோடியதைப் போல் இருந்தது. மனதில் ஒரு விதமான அமைதியின்மையும், பதைப்பும் நிறைந்திருந்தது.

மேலே மின் காத்தாடி என்றைக்கும் இல்லாத வேகத்தில் சுற்றுவதைபோல் ஒரு பிரம்மை ஏற்பட்டது. அது சுற்றாமல் இருந்திருந்தால் கூட கொஞ்ச நேரம் உறங்கியிருப்பேனோ என்னவோ! மனைவிக்கு குளிரானாலும் மழையானாலும் அது ஓடிக்கொண்டே இருக்கவேண்டும். காத்தாடியின் கருணையில்லா "கடக் கடக்" சத்தம் அவளுக்கு தலையணை.

எழுந்து உக்கார்ந்தபடி பக்கத்தில் உறங்கி கொண்டிருந்த என் மனைவியை பார்த்தேன். ஒரு பக்கம் திரும்பி, கைகளை கூப்பி கன்னத்திற்கு கீழ் வைத்து உறங்கிக்கொண்டிருந்தாள். அவள் இதழோரத்தில் லேசான புன்னகை தெரிந்தது. சேலை கசங்காத, கண்மை கலையாத, அசைவில்லா தூக்கம். நிம்மதியின், ஓய்வின் உச்சம்!

ஏனோ தெரியவில்லை அன்று காலை அவளின் அழகான தேகமும், நிதானமான சுவாசமும், நிம்மதியான உறக்கமும் என்னை எரிச்சலடைய செய்தது. அவளின் ஆரோக்கியத்திற்கு சான்றாக இருந்த அவளது தேகமும், சுவாசமும், உறக்கமும் என் உடலின் வயதை என் மனதுக்கு நினைவூட்டியது. தை வருவதற்கு இரண்டு வாரங்களே இருந்தன, தை வந்தால் எனக்கு அறுபது ஆகிவிடும்.

எரிச்சல் நெற்றிப்பொட்டில் சூடுபிடித்ததுமே, வலது பாதத்தில் அரிப்பெடுப்பதைப்போல் பிரம்மை ஏற்பட்டது,

எழுந்து சொரிய முயன்றபொழுது லேசாக மார்பு வலித்தது. மறுபடியும் படுத்துக்கொண்டேன். பாதத்தில் ஏற்பட்ட அரிப்பும், அந்த ஒரு நொடி மார்பு வலி தந்த பயமும், குளிரும், குளிரையும் என்னையும் பொருட்படுத்தாமல் தூங்கிக்கொண்டிருக்கும் மனைவியும், எனக்குள் ஒருவித தன்னிரக்கத்தை உண்டாக்கின. கண்களில் கண்ணீர் தேங்கியது.

மகனின் அறையில் இருந்து லேசாக ரேடியோ இசை கேட்டது. அவனும் விழித்துவிட்டான் என்கிற அறிதல் சற்று ஆறுதல் அளித்தாலும், மனைவியின் உறக்கம் என்னை சீண்டிக்கொன்டே இருந்தது.

"லட்சுமி... லட்சுமி" என்று அன்போடு அவளை அசைத்தேன். அப்பொழுது என் குரலில் அன்பின் சாரம் சற்று அதிகமாவே இருந்தது. என் குரலில் இருந்த அன்பு நான் என் மனதில் இருக்கும் வெறுமையை மறைப்பதற்கு செய்த உழைப்பு.

"ம்ம்ம்" என்று சினிங்கினாள். அவளால் கண்களை திறக்க முடியவில்லை. புதிய சோப்புடன், தேய்ந்து, சுருங்கிப்போன பழைய சோப்பு ஒட்டிக்கொள்வதைப்போல, அவளின் மேல் இமை, பீழையால் அவளின் சிறிய கீழ் இமையுடன் இறுக்கமாக இணைந்திருந்தது. என்னை துன்புறுத்திய குளிர், அவளுக்கு மட்டும் சுகத்தை கொடுத்தது.

"லட்சுமி" என்று அன்போடு கூப்பிட்டுக்கொண்டே, அவளுக்கு வலிப்பது போல் அவள் கையில் கிள்ளினேன். உடனே விழித்துவிட்டாள். அவள் விழித்து என்னை பார்த்ததும் அப்பாவி போல் சிரித்தேன்.

"சொல்லுங்க" என்றாள்.

"காப்பி போடுடி. தல வலிக்குது" என்று பொய் சொன்னேன்.

"இருங்க வரேன்" என்று உடனே அடுப்பறைக்கு விரைந்தாள். அவள் நடையில் இருந்த வேகம் அவள் என்மீது வைத்திருக்கும் அன்பை நினைவூட்டியது. அந்த வேகம் அவளது ஆரோக்கியத்தையும் கவனிக்க செய்தது.

அவள் நேற்று சற்று நிதானமாக, ஒரு வயதானவள்போல் நடந்திருந்தால் இன்று, இப்பொழுது நான் செய்த இச்செயல் தவிர்க்கப்பட்டிருக்கலாம். ஆம்.. தவிர்க்கப்பட்டிருக்கும். பெரிய போர்களும், கலவரங்களும், வன்முறையும் எப்படி ஓர் அற்பமான, சிறிய விஷயத்தில் இருந்தே துவங்குகின்றன என்று இப்பொழுது யோசித்து பார்க்கும்பொழுது வியப்பாக இருக்கிறது. நேற்று அவள் அசைவில் அல்லது அதை கவனித்த என் பார்வையில் சிறிய மாற்றம் இருந்திருந்தால், நிகழ்வுகளின் ஓட்டத்தில் ஒரு சிறிய கோண மாற்றம் நிகழ்ந்திருந்தால், இன்று நான் தப்பித்திருப்பேன்.

அந்த நடையில் இருந்த வேகமும், மும்முரமும் அவள் என்மேல் வைத்திருந்த அன்பின் சான்று, ஆனால் இன்றோ நான் செய்த இச்செயல் வெளி உலகிற்கு தெரியும்பொழுது ஒரு வெறுக்கத்தக்கவன் ஆகி விடுவேன். என் மீது ஊரே காரி துப்பும். என்னை தரையில் தள்ளி மிதிப்பார்கள். தெருவில் அம்மணமாக திரியும் பைத்தியக்காரன் கூட என் மீது சிறுநீர் கழிப்பான்.

எல்லாம் முடிந்தது. எனக்கு இனி விடுதலையே கிடையாது..

***

அறையில் தனியாக அமர்ந்திருந்தபொழுது என் மனது தன்னிச்சையாக அன்றைய நாளை பற்றியும், அந்த நாள் எனக்கு ஒளித்து வைத்திருக்கும் சிரமங்களையும் சவால்களையும் யூகிக்க துவங்கியது. பஜாரில் மளிகை கடை வைத்திருப்பவனுக்கு, அதுவும் அரைநூற்றாண்டு காலமாக பெயர் எடுத்த கடையின் சொந்தக்காரராக இருக்கும் எனக்கு ஓய்வு என்பது வாய்க்காத ஒன்று. ஆனால் சர்க்கரை நோயால் தேய்ந்த என் உடல் ஓய்வை தவிர எதையும் சிந்திக்க பகிரங்கமாக மறுத்தது.

காலை ஏழு மணி அளவில் ஸ்கூட்டர் கடை வாசலில் நின்ற பின், இரவு பத்து மணி வரை ஓயாத வியாபாரம், வேலை. அரை நூற்றாண்டு காலமாக தொழில் செய்யும் குடும்பம் என்பதினால் பஜாரில் நல்ல மரியாதை. பஜாரில் இருக்கும் ஒவ்வொரு கடையிலும் எவ்வளவு கூட்டம் இருந்தாலும், அந்த கடைக்காரர்கள் எங்கள் குடும்பத்துக்கே உகந்த சற்றும் கறை படியாத வேஷ்டியை பார்த்துவிட்டால் உடனே தலையை வெளியே நீட்டி வணங்காமல் இருந்ததில்லை. ஒருவர் தன் வாழ்நாளில் எவ்வளவுதான் சாகசங்களும் சேவைகளும் தியாகங்களும் செய்திருந்தாலும், பெரும்பாலான நேரங்களில் அந்த நபர் உபயோகிக்கும் உயிரில்லா பொருட்களாலேயே அடையாளம் காணப்படுகிறார். எம்.ஜி.ஆர்க்கு தொப்பி, கலைஞருக்கு கண்ணாடி, எங்கள் குடும்பத்துக்கு இந்த கறைபடியாத வேஷ்டி.

குளித்ததும் வீட்டை விட்டு இறங்கினால் அந்த நாள் முழுக்க விலை, பாக்கி, கணக்கு, வாடகை மற்றும் கடன், இந்த சொற்களைத் தவிர வேறு எதையும் கேட்கவும் முடியாது, சிந்திக்கவும் முடியாது.

நேற்று காலை நான் அனுபவித்தது ஏதோ ஒரு நாள் எல்லா மனிதருக்கும் அவரவர் தொழில் மீது ஏற்படும் வெறுப்பு அல்ல. நான் நேற்று அனுபவித்தது

ஒரே தொழிலை ஏறத்தாழ முப்பது ஆண்டுகாலமாக செய்தபின் வருகிற சலிப்பு. வெறுப்பு காலப்போக்கில் கரைகிற ஒன்று. சலிப்பு அப்படி இல்லை.

என் மனதில் சலிப்பு தட்டிய சில மாதங்களிலேயே என் உடல் வேகமாக வலுவிழந்து போனது. உடல் வலுவிழந்தப்பின், மனது மகிழ்ச்சியை இழந்தபின், நான் நிம்மதியான உறக்கத்தை இழந்தேன். நிம்மதியாக உறங்குபவர்களை கண்டால், குறிப்பாக ஏறத்தாழ என் வயது ஆகிவிட்ட என் மனைவி உறங்குவதை கண்டால் வரக்கூடிய எரிச்சலுக்கு அந்த பொறாமையே காரணம். நேற்று காலை நான் அனுபவித்த சலிப்பு மிகவும் பாரமாகவே இருந்தது. ஏனோ என்னால் அன்று எதையும் செய்ய முடியும் என்று தோணவில்லை. அறையின் இருளை அழித்து, அதை விழிக்கச் செய்யும் சூரியன் அன்று இருண்ட மேகத்திற்குள் ஒளிந்துகொண்டது. "எழு, ஓடு, வேலை செய், சிரி" என்று ஜன்னலோரத்தில் இருந்து என்றும் தவறாமல் கூவும் சிட்டுக்குருவியை அன்று காலை எந்த பருந்து தூக்கிச் சென்றது என்று தெரியவில்லை. அறையில் சூழ்ந்திருந்த இருளும், அமைதியும் உடலை மேலும் சோர்வாக்கியது. ஓய்வு எடுக்கவேண்டும் என்று மனதில் ஓடிக்கொண்டே இருந்தது. ஓய்வை பற்றி சிந்தித்தவுடன், என் மனதில் ஏற்கனவே ஓடிக்கொண்டு இருந்த அந்நாளில் செய்யவிருக்கும் வேலைகள் பற்றிய சிந்தனை கண்முன்னே பெரிய உருவம்கொண்டு நின்றன. அந்த நொடி என் உடல் முற்றிலும் வலுவிழந்தது போல் உணர்ந்தேன். முகத்தை உள்ளங்கைகளில் புதைத்து கொண்டேன்.

மனைவி காப்பியுடன் அறைக்குள் நுழைந்தாள். அவள் என்னை நெருங்கியபொழுது என் தலை நிஜமாகவே வலிக்க துவங்கி இருந்தது.

***

"ஏதுக்கு உங்களுக்கு எழுந்ததுமே தல வலி?" என்று அக்கறையாக விசாரித்தாள் என் மனைவி. அமைதியாக காப்பி அருந்திக் கொண்டிருந்தேன். என்னுள் இருந்த சலிப்பு, எரிச்சல், என் உடம்பு அந்த நாள், அந்த நொடி அனுபவித்துக் கொண்டிருந்த சோர்வு எல்லாவற்றையும் அவளிடம் அப்போது கொட்டிவிட வேண்டும் என்று என் மனது அடித்துக்கொண்டது. எப்படி துவங்குவது என்று தெரியாமல் அமைதியாக இருந்தேன். வெதுவெதுப்பான காப்பி தலை வலியை சற்று தணித்தது. ஆனால் அருந்திமுடித்த அடுத்த நிமிடம் வயிறு சற்று கனத்தது. மலம் கழிக்க வேண்டும். ஆனால் ஏனோ என்னால் படுக்கையை விட்டு நகரமுடியும் என்று தோணவில்லை. உடலை யாரோ முட்கள் பதித்த கயிற்றால் கட்டிப்போட்டது போல் ஒரு உணர்ச்சி. என் கால்கள் இரண்டும் தூம்பி போனதைப்போல் ஓர் உணர்வு, ஏனோ அதால் என் கனத்த உடலை சுமக்கமுடியாது என்ற நம்பிக்கை என்னுள் நிலைகொண்டது. அந்த உணர்ச்சி என்னுள் ஏற்கனவே புழுங்கிக் கொண்டிருந்த சலிப்பை விரிவடைய செய்தது. காரணமே இல்லாமல் என் ரத்தம் கொதித்து கோபம் தலைக்கேறியது. கோபத்தை அவளிடம் கொட்டுவதற்கு ஒரு சந்தர்ப்பத்திற்காக காத்துக்கொண்டிருந்தேன்.

"உடம்பு ஏதாச்சு பண்ணுதா?" என்று மறுபடியும் பாசத்தோடு கேட்டாள் அவள். நான் அவளை அமைதியாக பார்த்துக்கொண்டு இருந்தேன். அப்பொழுது அவள் அருகே இருந்த தலைகாணி கீழே விழுந்தது. சட்டென்று குனிந்து அதை எடுத்து மேலே வைத்தாள். ஒரு வினாடிக்குள் அவள் அவ்வளவு வேகமாக, சற்றும் சோர்வின்றி செய்த அந்த செயல் என்னை பாதித்தது. அந்த நொடி என் வயிறு பொறுத்துக்கொள்ள முடியாத அளவு கலக்கியது. மலம் கழித்தே ஆக வேண்டும், அப்படியானால் எழுந்தே ஆக வேண்டும், நடந்தே ஆகவேண்டும், கழிவறைக்குள் குந்தியே ஆக வேண்டும், முடித்த பிறகு கழுவியே

ஆகவேண்டும், கழுவிய பிறகு மறுபடியும் எழுந்தே ஆக வேண்டும். இதை யோசித்ததுமே என் கண்கள் என்னை அறியாமல் கலங்கியது. காரணமில்லாத, அற்பமான கோபம் ஒரு பக்கம், என் மேல் எனக்கே இருந்த பரிதாப உணர்ச்சி மறுபக்கம். கலங்கிய கண்களை அவள் பார்த்துவிடக்கூடாது என்பதற்காக தலையை சற்று திருப்பிக் கொண்டேன்.

கேட்ட இரண்டு கேள்விகளுக்குமே என் அமைதியே பதிலாக கிடைத்ததனால் எனக்கு என்னமோ செய்கிறது என்பதை சரியாக கணித்துவிட்டாள் மனைவி.

"ஒரு வயசுக்கு அப்பறம் ரொம்ப இழுத்துபோட்டுக்கிட்டு வேலை செய்யறது சரினு படலங்க" என்றாள். அதை சொல்லும்பொழுது அவள் குரலில் ஒரு பரிதாபம் இருந்தது. அவள் பார்வை விபத்தில் கால்களை இழந்தவனை பார்ப்பதை போல என்னை பார்த்துக்கொண்டிருந்தது. அந்த பரிதாபம் அவள் என்னைவிட உடல் ரீதியாகவும், மன ரீதியாகவும் உயர்வான நிலையில் இருக்கிறாள் என்பதை எனக்கு மீண்டும் உணர்த்தியது. என்னைவிட மோசமான நிலை, அல்லது என் நிலையில் அவள் இருந்திருந்தால் கூட அவள் பச்சாதாபம் செய்திருப்பாளே தவிர பரிதாபப் பட்டுருக்கமாட்டாள். ஆதலால் அப்பொழுது அவள் என்னை ஆறுதல் படுத்தும் என்று எதிர்பார்த்து காட்டிய பரிதாபம் என்னை நரக வேதனையை அனுபவிக்க செய்தது.

"ஏதாச்சு பதில் சொல்லுங்க. ஒரு வயசுக்கப்பறம் இப்படி உடம்புக்கு என்ன பண்ணுதுனு சொல்லாம இருக்கறது தப்பு" என்று அதே பரிதாப தொனியில் சொன்னாள்.

"வேலைய பாத்துட்டு போடி. காலைலயே தொன தொனனு. எழுந்து போ" என்று ஒரு நாயை விரட்டும் எரிச்சலுடன் கத்தினேன். அமைதியாக எழுந்து சென்றாள்.

***

ஒருவழியாக மனதையும் உடலையும் தேத்திக்கொண்டு கழிப்பறை வந்துவிட்டேன். படுக்கையறையில் இருந்து கழிப்பறைக்கு வந்தடைய ஏறத்தாழ முப்பது வினாடிகள் எடுத்துக்கொண்டேன். என் வயதுக்கு பத்து அடி எடுத்து வைப்பதற்கு முப்பது வினாடிகள் ஆவது நல்ல வேகம் தான் என்ற அறிதல் சற்று ஆறுதல் அளித்தது.

கழிப்பறை கதவை மூடியதுமே வயிறு பொறுக்க முடியாத அளவு கலக்கியது. ஒரு வாலிபனின் சூட்டிப்போடு வேஷ்டியை தூக்கியபடி குந்தினேன். அந்த நொடியும், அப்போது நான் அனுபவித்த வலியையும் என்னால் மறக்கவே முடியாது. காலின் இரண்டு மூட்டுகளும் தோலைக் கிழித்துக் கொண்டு வெளியேறுவதுப் போல் இருந்தது. வலி பொறுக்கமுடியாமல் என் கண்கள் கலங்கின. பற்களை கடித்துக் கொண்டேன். ஒரு நிமிடத்திற்குள் என் உடல் முழுவதும் வியர்வையில் நனைந்தது. கண்ணீரும், வியர்வையும் என் முகத்தில் குரூரமாக கோலங்கள் போட்டன. உதடை நாக்கால் வருடினால் உப்பு கரித்தது. கதறி அழவேண்டும் போல் இருந்தது. வாயையழுடிக் கொண்டு ஓ என்று அழுதேன்.

பத்து நிமிடத்தில் வயிறும் மனதும் சற்று சுத்தம் ஆகி விட்டது. அழுகை நின்றது. அழுது முடித்தபின் ஏனோ உடலில் பாரம் குறைந்து, காத்தாடி போல் உணர்ந்தேன். உடல் முழுவதும் ஒரு விதமான புத்துணர்ச்சி பரவியது. என்னை அறியாமல் லேசாக புன்னகை செய்தேன்.

சிரித்தபடியே கழுவிக்கொண்டு எழுவதற்கு முயன்றேன். என் கால்கள் இரண்டும் இழுத்துக்கொண்டது. காலில் இருக்கும் நரம்புகளை யாரோ கூர்மையான ஒரு ஆயுதத்தை வைத்து குத்தி விளையாடுவதுபோல் இருந்தது.

"அம்மா" என்று அலறினேன். அலறிய அடுத்த நொடியே அலறிவிட்டேனே என்று வருந்தினேன். என்மீது நானே கோபம் கொண்டேன்.

"என்ன ஆச்சு?" வெளியில் இருந்து மனைவியின் குரல் கேட்டது.

"ஒன்னும் இல்ல" என்று கத்தினேன்.

"சத்தம் கேட்டதே. விழுந்துடிங்களா?" என்று சற்று பயந்த தொனியில் கேட்டாள்.

"ஒண்ணுமில்லனு ஒருக்கா சொன்னா புரியாதா உனக்கு?" என்று அலறினேன்.

"முண்ட" என்று அவளுக்கு கேட்கிற மாதிரி முனங்கினேன். பதில் ஏதும் சொல்லாமல் நகர்ந்து சென்றாள்.

"செத்த முண்ட" என்று மீண்டும் முனங்கினேன்.

அடுத்த இரண்டு நிமிடங்களுக்கு குந்தியபடியே இருந்தேன். ஏதோ பெரும் ஆபத்தை எதிர்கொள்ளப்போவதுப் போல இதயம் படபடத்துக் கொண்டு இருந்தது. பிடித்துக் கொண்டு எழுவதற்கு ஏற்ப கழிப்பறையில் ஒரு அமைப்போ அல்லது கம்பியோ இல்லை. பெரும்பாலான நேரங்களில் வீட்டை வடிவமைப்பவர்கள் குழந்தைகளையும், வாலிபர்களையும் மனதில் வைத்தே, அவர்களை கவரும் நோக்கத்துடனே வடிவமைக்கிறார்கள், முதியவர்களை பற்றி, முதியவர்களுக்கு ஏற்ப எதையும் வடிவமைப்பதில்லை. முதியவர்களை மனதில் வைத்து வடிவமைக்கிற ஒரே அரை பூஜை அறையாக தான் இருக்கிறது. ஏனோ வயதானவனுக்கு கோவில், குளம், கடவுளை தவிர சிந்திக்க, மனதில் அசைபோட எதுவும் இருக்காது என்று உலகம் கருதுகிறது. இதை யோசிக்கும்பொழுதெல்லாம் எனக்கு ஆத்திரம் வரும். ஒரு குறிப்பிட்ட வயதுக்கு அப்பறம் இதைத்தான்

சிந்திக்க வேண்டும், இதை தான் செய்ய வேண்டும் என்று எதிர்பார்க்கிற, ஆணையிடுகிற உரிமையை, தைரியத்தை யார் அவர்களிடம் கொடுத்தார்கள்?

அந்த நொடி கழிப்பறையில் குந்தியிருந்து எனக்கு தோதாக பிடித்து எழுவதற்கு ஒரு அமைப்பு இல்லாமல் போன, அதை என் மகன் (அவன் தான் வீட்டை வடிவமைத்தான்) சிந்திக்காமல்போன கோபம் ஒரு வினாடி என்னை இதையெல்லாம் சிந்திக்கவைத்தது. வேறு வழியில்லாமல் குழாயை பிடித்து எழ முயற்சித்தேன். பாதி எழுவதற்குள் குழாய் கையுடன் வந்து விட்டது. நங்கென்று கீழே விழுந்தேன். உடைந்த குழாய் என் நெஞ்சின்மீது தண்ணீரை பீச்சியடித்தது. விழுந்த அதிர்ச்சியில் முதுகு தண்டில் அப்படி ஒரு வலி.

"அம்மா" என்று அலறினேன், மறுபடியும். இம்முறை மனைவி வரவில்லை. அவளுக்கு பதில் மகன் வந்தான். அவள்தான் தூது அனுப்பியிருப்பாள்.

"கொழுத்த முண்ட" என்று முனங்கினேன்.

மகன் வந்தவுடனே கதவை ஓங்கி அறைந்தான்.

"கதவை திற பா" என்று ஆணையிடும் தோரணையில் சொன்னான். கை நிறைய சம்பாதிக்க துவங்கியப்பின் எங்கிருந்து தான் வருகிறதோ மகன்களுக்கு இந்த அதிகார தொனி. அதுவும் அப்பனை அடக்கி பார்ப்பதில் அப்படியொரு அற்ப சந்தோஷம். நாம் வளந்துவிட்டோம் என்கிற அறிதலை அவன் அடைகின்ற வயதை எட்டியபின்பும் நான் அவனை குழந்தைபோல் நடத்தியதற்கும், அவன் சுதந்திரத்தை பாதுகாப்பு மற்றும் ஒழுக்கம் என்ற பெயரில் துண்டித்ததுக்கும் பழி வாங்குவதுதான் இந்த அதிகாரமா?

என்ன பதிலளிப்பது என்று தெரியாமல் அமைதியாக இருந்தேன்.

"இப்போ திறக்கப்போறியா இல்லையா?" என்று கதவை அறைந்துகொண்டே அதட்டினான். பதிலுக்கு

கோபத்தோடு விரட்டியடிக்க இவன் என் மனைவி இல்லை. நான் கோபப்பட்டால் என்னைவிட அதிகமாக இவன் கோபப்பட்டுவிடுவான். நான் ஏன் அப்படி பயந்தேன்? இவன் என் மகன் தானே? நான் ஏன் இவன் எண்ணங்கள் பற்றியெல்லாம் இவ்வளவு யோசிக்கிறேன்? அவன் கோபப்பட்டால் என்ன? அதைவிட அதிகமாக என்னால் கோபப்பட முடியாதா என்ன? என்னை அதட்டுவதற்கு இவன் யார்? இப்படியெல்லாம் என் மனது யோசித்தாலும் என் உடல் ஏனோ அதற்கு வழிமொழிய மறுத்தது. எதுவும் பேசாமல் கதவை திறந்தேன்.

உள்ளே வந்தவுடன் சில வினாடிகள் திரு திருவென்று முழித்தான். அடுத்த வினாடியில் அவன் முகம் ஒரு விதமாக சுருங்கி கொண்டது. யாரோ அவன் உடலெங்கும் மலத்தை பூசியதுப்போல் ஒரு அருவருப்பான நிலையை அவன் முகம் அடைந்தது. அதே அருவருப்பு நிறைந்த பார்வையுடன் மூலையில் எழ முடியாமல் குந்தியபடி உக்காந்திருந்த என்னை பார்த்தான். அவன் பார்வை எனக்கு தந்த வலிக்கு முன்னால் என் தேக வலி ஒன்றுமே இல்லை.

"எழுந்திரு" என்று சொன்னபடி, என் இரு கைகளை பிடித்து தூக்கினான். அமைதியாக வெளியே வந்தேன். எதிரே வருத்தத்தோடும், பரிதாபத்தோடும் என்னை பார்த்தபடி நின்றுகொண்டிருந்தாள் என் மனைவி.

"அடி பட்டுச்சாங்க?" என்று கேட்டாள். கோபம் தலைக்கேறியது. வெறி பிடித்த நாய் போல் உறுமினேன். பற்களை நன்கு கடித்துக் கொண்டேன், முகத்தில் என் மொத்த ஆத்திரத்தை வரவழைத்தேன். அந்த குரூரமான முகத்தை அவளிடம் காட்டி உறுமினேன். பயந்து தலையை குனிந்துகொண்டாள்.

***

வெந்நீரில் குளித்தது சற்று இதமாக இருந்தது. இடுப்பில் துண்டை கட்டியபடி குளியலறையில் இருந்து வெளிய வந்தேன். காலையில் எழுந்தவுடன் இருந்த சோர்வு இப்பொழுது சற்று குறைந்திருந்தது. அடுப்பறையில் பாத்திரங்களின் சலசலப்பு, அங்கிருந்து காற்றில் மிதந்து வந்து என் நாசி வருடும் இட்லியின் நறுமணம், வெளியில் கேட்கும் வாகனங்களின் சத்தம், என் மீது வீசும் சந்தன சோப்பின் வாசனை, இவையெல்லாம் ஒரு விடியல் பொழுது ஒரு மனிதனுக்கு அளிக்கவேண்டிய உச்சத்தையும், புத்துணர்ச்சியையும் எனக்கு அளித்தது.

உடல் முழுவதும் பவுடர் பூசிக்கொண்டு, எனக்கு மிகவும் பிடித்த நீல நிற சட்டையை அணிந்துக் கொண்டேன். இடுப்பில் வேஷ்டியையும் அணிந்து என் உருவத்தை கண்ணாடியில் பார்த்தபொழுது என் கண்களுக்கு எழவே முடியாத, கழிப்பறையில் குந்த முடியாத, கழிப்பறையில் வழுக்கி விழுந்த, இத்துப்போன கிழவன் தெரியவில்லை, முப்பது ஆண்டுகளாக வியாபாரம் செய்யும், பல குடும்பங்களை வாழவைத்த, பஜாரே கைகூப்பி வணங்கும் நீலகண்ட பிள்ளை தான் தெரிந்தான்.

பணக்காரர்களுக்கே உரிய சற்று தடித்த உடம்பு, நன்கு நரைத்த முடி, அழகான மூக்கு, அந்த மூக்கின் அழகை கோடிட்டு காட்டுவதுபோல் அதற்கு கீழ் அடர்ந்த மீசை. முகத்தில் பல வருடங்களாக புகை பிடிக்காமல், வெற்றிலை போடாமல், மது அருந்தாமல் நீலகண்ட பிள்ளை கடைபிடித்த ஒழுக்கத்தின் பொலிவு நாட்டியமாடியது.

கண்ணாடியில் என் பிம்பத்தை பார்த்த பொழுது நான் என் வாழ்க்கையில் செய்த சாகசங்களும், சேவைகளும், இந்த ஊர் எனக்கு அளிக்கும் மரியாதையும், எனக்கு இருக்கும் சொத்தும் செல்வாக்கும் என் கண்முன் வந்து

போனது. சற்று திரும்பியபடி நான் நின்றுகொண்டிருக்கும் அந்த விசாலமான அறையை பார்த்தேன். சொந்த வீட்டில் தான் கால் பதித்திருக்கிறோம் என்கிற அறிதல் என் கர்வத்தை கூட்டியது. சமையலறையில் நின்றுகொண்டிருந்த லட்சுமியை பார்த்தேன். இன்று அழகி, அன்றோ அவள் பேரழகி, அப்பேற்பட்ட அழகி காலையில் என் முன் அடங்கிநின்ற காட்சி என் சிந்தையில் வந்து போனது. அந்த காட்சி என்னை எதையோ வென்றெடுத்த அரசனைப்போல் உணரச்செய்தது. இத்தனை மரியாதைக்கும் தகுதியான உருவம் தான் எனக்கு இருக்கிறது என்று அறியும்பொழுது என் மனது பெருமை கடலில் மூழ்கி எழுந்தது. என்னை நானே ரசிக்க ரசிக்க என் உடலின் வலு பல மடங்கு அதிகரிப்பதுப் போல் உணர்ந்தேன். சிரித்தபடியே அந்த அறையைவிட்டு வெளியேறினேன். என் வாழ்க்கைக்கும், வரலாறுக்கும், ஒழுக்கத்திற்கும், கௌரவத்திற்கும் சான்றாக இருக்கும் அந்த கறை படியாத வேஷ்டி அணிந்ததாலோ என்னவோ என் நடையிலும், அசைவிலும் கம்பீரத்தின் நிழல் படிந்ததுபோல் இருந்தது.

சிரித்துக் கொண்டே நடந்து, சாப்பிடுவதற்காக டைனிங் டேபிளை நோக்கி நடந்தேன். அதன் மீது என் மகன் அவனுடைய மடி கணினியை பிரித்து வைத்து ஏதோ வேலை பார்த்துக் கொண்டிருந்தான். என் தந்தை தான் நீலகண்ட பிள்ளை என்று அவன் எங்குமே சொல்லிக்கொள்ள தேவையில்லாதது போல் அப்படியே என்னையே உரித்து வைத்திருந்த முகம், உடல் மற்றும் உடல்மொழி. தற்பெருமையில் குளித்த படி அவனை பார்த்துக் கொண்டிருந்தேன். அவனுக்கு பின்னால் இருக்கும் அறையில் வேலை செய்துக் கொண்டிருந்த மனைவியை மறுபடியும் பார்த்தேன். நான் அவளை பார்ப்பதை அவள் உணர்ந்ததும், செய்கிற வேலையை நிறுத்திவிட்டு என்னை உற்றுப்பார்த்தாள். இப்போது என் கண்களுக்கு, தற்பெருமையின் உச்சத்தில் இருக்கும் என் மனதுக்கு அவள் காலையில் தெரிந்ததற்கு

மாற்றாக உருவத்தில் மிகவும் பலவீனமான ஒருத்தியாக தெரிந்தாள். பரிதாபமாக சிரித்தேன்.

"சாப்பிடறீங்களா?" என்று அக்கறையாக கேட்டாள். சரி என்று சிரித்தபடியே தலையசைத்தேன். இப்பொழுது என் கண்களுக்கு அவள் அசைவுகளும், அவள் உடலும் பலவீனத்தையே பிரதிபலித்தது. அவள்மீது பரிதாபம் பெருக்கெடுத்து ஓடியது. அவளிடம் கோபம் கொண்டதற்காக மிகவும் வருந்தினேன்.

இட்லி பாத்திரத்தை எடுத்துக் கொண்டு வந்தாள். டைனிங் டேபிளில் மகன் வேலை செய்துகொண்டு இருந்ததனால் பாத்திரத்தை கீழே வைத்தாள்.

"உக்காருங்க" என்று சொல்லிக்கொண்டு, விசுக்கென்று உக்கார்ந்தாள்.

"அய்யயோ, தண்ணி எடுத்து வைக்க மறந்துட்டேன்" என்று சொல்லியபடி, மறுபடியும் விசுக்கென்று எழுந்து தண்ணி எடுத்துக்கொண்டு வந்து அதே வேகத்துடன் உக்கார்ந்தாள். மறுபடியும் தரையில் அமர்ந்து, எழும்ப வேண்டும் என்று ஆனதுமே நான் கழிப்பறையில் உக்காந்து எழ சிரமப்பட்ட காட்சிகள் மட்டும் என் மனதில் ஓட துவங்கின. எவ்வளவு முயற்சித்தாலும் என் மனதில் ஒரிரு வினாடிகளுக்கு முன் இருந்த புத்துணர்ச்சியைக் கொண்டு வர முடியவில்லை. தோல்வியில் முடியும் முயற்சிகள் என்னுள் நான் இறந்துபோய்விட்டது என்று நினைத்த சோர்வையும், எரிச்சலையும் உயிர்த்தெழ வைத்தது.

"சாப்பிடறீங்களா?" என்று மறுபடியும் கேட்டாள் மனைவி.

"டேபிள்ல உக்காந்து தான் வேலை பாப்பாரோ? இது டைனிங் டேபிள்னு கூடவா தெரியாது? அத அத அந்த அந்த எடத்துல செய்யணும். என்னத்த படிச்சானோ?" என்று கோபமாக சொன்னேன்.

"மன்னிச்சுருங்க பா. கீழ உக்கார சிரம படுவீங்கனு யோசிக்கல. நான் எழுந்துக்கறேன். நீங்க வாங்க" என்று மகன் சொன்னான்.

"அப்படியெல்லாம் இல்லை பா" என்று சொல்ல தோணியது. ஆனால் அப்படி சொன்னால் கீழே உக்கார நேர்ந்துவிடும்.

"தெரியுதுல? எழுந்து போ" என்று கெத்து விடாமல் சொல்லலாமா என்று யோசித்தேன். ஆனால் அப்படி செய்தால் மகன் கஷ்டப்பட்டு விடுவான். சாப்பிடுகிற நேரமெல்லாம் எதிரே இருப்பவனை பார்க்கவே தர்மசங்கடமாக இருக்கும். என்ன செய்வதென்று தெரியாமல் நிற்பது என் எரிச்சலை அதிகரித்தது.

"எனக்கு சாப்பாடு வேண்டாம். எப்போதும் இதே இட்லி தான். *சச*" என்று கத்திவிட்டு வீட்டை விட்டு வெளியேறினேன்.

***

என் ஸ்கூட்டர் பஜாரினுள் நுழைந்தபொழுது என் முகத்தில் தன்னிச்சையாக ஒரு விதமான புன்முறுவல் மலர்ந்தது. நான் எதிர்பார்த்தது போலவே பல வியாபாரிகள் தங்கள் வேலையை ஒரு நொடி நிறுத்திவிட்டு என்னை வணங்குவதை பார்த்து பூரிப்படைந்தேன். என் மனதில் என்னுடைய நரைத்த அடர்ந்த கூந்தலும், தடித்த கம்பீரமான உடலும், இரண்டு நொடிக்கு ஒருமுறை விரல்கள் வருடியபோதும் அழகாக மடிந்து கிடக்கும் மீசையும், நீலநிற சட்டையும், காலை வெயிலில் பளிச்சென்று மின்னும் வேஷ்டியும், அவர்கள் பார்வையில் எப்படி வசீகரமாக ஒரு அரசனின் கம்பீரத்துடனும், பேராண்மையுடனும் தெரிந்துகொண்டிருக்கும் என்பதை காட்சிப் படுத்திக்கொண்டேன். அந்த கற்பனை என் உடலை லேசாக்கியது, என் மனதை கர்வ வெள்ளத்தில் மிதக்க செய்தது.

ஷட்டரை திறந்து உள்ளே நுழைந்ததும், பக்கத்து கடையில் வேலை செய்யும் சிறுவனுக்கு குரல் குடுத்தேன். ஓடி வந்து 'சொல்லுங்க அய்யா' என்றான். கடைவாசலை சுத்தம் செய்கிற கிழவியை அழைத்து வர சொல்லி உத்தரவிட்டேன்.

கடைக்குள் நுழைந்ததும் ட்யூப்லைட்டுகளை போட்டேன். கடையில் ஒரு மூலையில் திருப்பதி பெருமாளின் புகைப்படமும், திருச்செந்தூர் முருகனின் புகைப்படமும் வைத்திருந்தேன். அருகில் என் தந்தையின் கருப்பு வெள்ளை புகைப்படம் ஒன்றும் பிரேம் போட்டு வைத்திருந்தேன். ஊதுபத்தி ஒன்றை பற்றவைத்து எல்லா படங்களுக்கும் காட்டினேன். மனதில் பெரிதாக அந்த நொடியில் பக்தி ஒன்றுமில்லை. பல வருடங்களுக்குமுன் இந்த செயல்களை பக்தியுடன் தான் செய்ய துவங்கினேன். காலப்போக்கில் ஆன்மீக, பக்தி செயலானது அனிச்சை செயலாக மாறியது.

தந்தையின் படத்திற்கு அருகில் இருந்த ஸ்விட்சை தட்டியதும் கேசட்டில் பல வருடங்களுக்குமுன் பதிந்து வைத்திருந்த கந்த ஷஷ்டி கவசம் ஒலிக்க துவங்கியது. காலையிலும் மாலையிலும் கடையில் கந்த ஷஷ்டி கவசம் ஒலிப்பது ஒரு வழக்கமாக மாறிவிட்டதே தவிர பெரிதாக மனதில் பக்தியுடன் அதை ஒவ்வொருமுறையும் கேட்டேனா என்பது கேள்விக்குறியே. ஊதுபத்தியை ஒரு வாழைப்பழத்தில் குத்தி வைத்துவிட்டு நாற்காலியில் உக்கார்ந்தேன். நான் உக்காரவும் கிழவி அவள் வேலையை முடித்துவிட்டாள்.

"என்ன முடுஞ்சுதா?" என்று வாசலை எட்டிப்பார்த்தபடி கேட்டேன்.

"ம்ம்ம்" என்று கிழவி தன் உள்ளங்கையால் முகத்தை துடைத்தபடி பதிலளித்தாள்.

"இந்தா" என்று அவளின் தினக்கூலியை நீட்டிய படி கூறினேன். நான் கேட்ட முதல் கேள்விக்கு அவள் பதிலளித்த விதம் எனக்கு சற்று பிடிக்கவில்லை. "ம்ம்ம்" என்ற அவள் பதிலில் ஒரு முதலாளியிடம் கைநீட்டி காசு வாங்கி வேலைபார்க்கும் ஒரு தொழிலாளியிடம் இருக்கவேண்டிய பணிவு இல்லாததுபோல் கருதினேன். மனதில் ஒரு ஓரமாக அவள் இடத்தை அவளுக்கு நினைவூட்டவேண்டும் என்ற இச்சை பிறந்தது.

"என்ன கிழவி இம்புட்டு தண்ணி ஊத்திருக்க? இம்புட்டூண்டு வாசலுக்கு உனக்கு மூணு வாளி தண்ணி கேக்குதா?" என்று அதட்டும் தொனியில் கேட்டேன். அவள் வாசலை திரும்பிப் பார்த்தபடி திருதிருவென முழித்தாள்.

"உங்க வூட்டுக்கு பின்னாடி ஓடற வாய்க்கால் வருஷாவருஷம் வறண்டுபோகறப்போ கழுவ தண்ணியில்லாம நிக்கற உனக்கே தண்ணிய பாத்து செலவு பண்ண தெரியலனா என்ன செய்யறது. நீலகண்ட பிள்ளை வூட்டுல தண்ணிக்கு பஞ்சமில்லை

தான், அதுக்குன்னு இப்படியா?" சற்று நெஞ்சை நிமிர்த்திக்கொண்டு கேட்டேன்.

"வாசல்ல நாய் பேண்டு வச்சுருந்துச்சு, அதான்" என்று பதிலளித்தாள்.

"எது? உன்கூடையே ஒரு நாய் ஒட்டிக்கிட்டு வருமே? அதுவா?"

"ஆமா"

"உன்கிட்ட எத்தனை தடவ சொல்லிருக்கேன், அந்த சொறி புடிச்ச சனியனை இங்க கூட்டிட்டு வராததுனு. சின்ன புள்ளைங்க மிட்டாய் வாங்க வர கடைக்கு அந்த மூதேவிய கூட்டிட்டு வந்து ஏதாச்சு ஒன்னு ஆய்டுச்சுன்னா நீயா பதில் சொல்ற?" என்று அதட்டினேன். கிழவி கூனி குறுகினால், அதில் எனக்கொரு அற்ப ஆனந்தம். உடைந்து விடுவாள், அல்லது எதிர்த்து பேசுவாள் என்று எதிர்பார்த்து அமைதியாக காத்திருந்தேன். ஆனால் கிழவி கூனிய படியே நின்றுகொண்டு எதையோ சிந்தித்துக் கொண்டிருந்தாள். அவள் வேறெதையோ மும்முரமாக யோசித்து கொண்டிருந்ததனால் என்னால் அவளை அதற்குமேல் *சீண்ட* முடியவில்லை. என்ன செய்யலாம் என்று யோசித்துக் கொண்டிருக்கும்பொழுது வின்சென்ட் வந்தான். வின்சென்ட் என் பழைய நண்பன். மிலிட்டரியில் இருந்துவிட்டு இப்பொழுது ரிட்டையர் ஆகிவிட்டான். நல்ல பென்ஷன், ஓய்வு நிறைந்த அமைதியான வாழ்க்கை. வின்சென்ட் எப்பொழுதும், இரவு கடையை மூடுகிற நேரம் தான் வருவான். கடைக்கு பின்னால் இருக்கும் சிறிய ஸ்டோர் ரூமில் அவன் எப்பொழுதும் இரண்டு விஸ்கி பாட்டில்கள் வைத்திருப்பான். இரவு இரண்டு அவுன்ஸ் குடித்துவிட்டு நான்கு சிகரெட் புகைத்துவிட்டு வீட்டுக்கு செல்வான். இன்று காலையில் அவன் வந்தது சற்று ஆச்சர்யமாக இருந்தது.

"நாய வைக்க வேண்டிய இடத்துல வைக்கணும் கிழவி. வேல செய்யற இடத்துக்கு அத இனிமேல்

கூட்டிட்டு வராத" என்று உத்தரவிட்டபடி உரையாடலை முடித்து கொள்ளும் தொனியில் பேசினேன். தலையை ஆட்டியபடி கிழவி நகர்ந்து வின்செண்டிற்கு வழி விட்டாள்.

"என்ன பா, காலைலயே வந்துட்ட?" என்று விசாரித்தேன்.

"காலைல இருந்து ஒரே மேல்வலி. அதான் ஒரு ரெண்டு ரவுண்டு உள்ள இறக்கினா கொஞ்சம் இதமா இருக்கும்னு கிளம்பி வந்துட்டேன்" என்று சொல்லிக்கொண்டே வின்செண்ட் ஸ்டோர் ரூமை நோக்கி சென்றான். அவன் நடையை பார்த்தபடி நின்றேன். நிஜமாகவே அவன் பெருவலியில் கஷ்டப்பட்டுக் கொண்டிருக்கிறான் என்பதை அவன் நடையே காட்டிக் கொடுத்தது. அந்த வலுவற்ற நடை, என் மனதுக்கு நான் காலை அனுபவித்த வலியை நினைவூட்டியது. அவன் குடிக்கிறான், சிகரெட் புகைக்கிறான் அதனால் தான் இப்படி கஷ்டப்படுகிறான் என்று எனக்கு நானே ஆறுதல் கூறிக்கொண்டேன் (நான் குடிப்பழக்கத்தையும் சிகரெட்டையும் நிறுத்தி ஏறத்தாழ இருபது ஆண்டுகள் ஆகிவிட்டன). ஆனாலும் வின்செண்ட் என்னை விட எட்டு ஆண்டுகள் பெரியவன். எனக்கு வின்செண்ட் வயது ஆகிறபொழுது நான் என்னவாக இருப்பேன் என்ற எண்ணம் எனக்கு பெரும் அச்சத்தை கொடுத்தது. மனதை திசைதிருப்பும் முயற்சியில் ஸ்டோர் ரூம் இருக்கும் திசையில் இருந்து திரும்பி வாசல் பக்கம் பார்த்தேன். கிழவி கிளம்பாமல் அங்கேயே நின்றுகொண்டிருந்தாள்.

"என்ன கிழவி? அதான் கூலி குடுத்துட்டேனே" என்றேன்.

"பேத்தி வந்திருக்கா ஐயா. வந்ததுல இருந்து பாவம், தண்ணி ஒத்துக்கலயா இல்ல சோறான்னு தெரியல, ஒரே வயித்துவலி. ஏதாச்சு வாங்கி குடுக்கணும். கொஞ்சம் காசு வேணும்' என்று கெஞ்சினாள் கிழவி. அவள் என்ன யோசித்துக் கொண்டிருந்தாள் என்பது இப்பொழுது புரிந்தது.

"ஓ... எப்போ வந்தா?" என்று விசாரித்தேன்.

"மூணு நாள் ஸ்கூல் லீவு போல. அதான் வந்திருக்கு" என்று கூறினாள். அவள் குரலில் ஒரு நிம்மதி தெரிந்தது. நான் அவளின் கோரிக்கைக்கு மறுப்பு தெரிவிக்காமல் அக்கறையாக பேத்தியை பற்றி விசாரித்ததால் பணம் கிடைத்துவிடும் என்ற நம்பிக்கை அவளுள் வந்தது.

"தண்ணி தான் ஒத்துக்காம இருந்துருக்கும், மத்தபடி ஒன்னும் இல்லையே? நல்லா இருக்காளா?" என்று விசாரித்தேன். என் மனது அவள் பேத்தியின் உருவத்தை நினைவூட்ட முயற்சித்துக் கொண்டிருந்தது. கிழவியின் பேத்தி டவுனில் ஒரு போர்டிங் ஸ்கூலில் படித்துக் கொண்டிருக்கிறாள். அவளை கிழவி தான் வளர்கிறாள். கிழவியின் மகள் ஏழு வருடங்களுக்கு முன்னாள் புற்றுநோய்க்கு இரையானாள். தந்தையிடம் கொஞ்ச நாள் வளந்த அவளது பேத்தியை பார்க்க கிழவி ஒரு நாள் சென்றிருக்கும்பொழுது, பேத்தி வீட்டிற்கு வெளியில் வெயிலில் காய்ந்தபடி சரியான உடை அணியாமல் ஜன்னல் வழியாக எதையோ வீட்டிற்குள் பார்த்தபடி உக்கார்ந்திருந்ததை கண்டு ஸ்தம்பித்து போனாள். வீட்டிற்குள் அவள் மருமகன் ஒரு விலைமாதுவுடன் நிர்வாணமாக படுத்து கிடந்தான். எதுவும் புரியாமல் பார்த்துக் கொண்டிருந்த பேத்தியை அவளுடனே அழைத்து வந்துவிட்டாள் கிழவி. பீடி சுத்திக்கொண்டிருந்த கிழவி வேற தொழிலும் செய்தால் தான் பேத்தியை படிக்க வைக்கமுடியும் என்று முடிவு செய்து பஜாரில் கடைகளை சுத்தம்செய்யும் வேலைக்கு வந்தாள். ஒரு நாள் என் மனைவியிடம் இவள் கதையை சொல்லி அழுததினால் இவளின் கதை எனக்கு தெரிய வந்தது.

"இருக்கா ஐயா. நல்ல வளந்துட்டா" என்று கிழவி புன்னகைத்தாள். அவள் கண்களில் பேத்தியை ஒத்தை ஆளாக வளத்து கொண்டிருக்கும் கர்வம் தெரிந்தது.

"சரி. பேத்தியை ஒரு நாள் கூட்டிட்டு வா. பாப்போம்" என்று சொல்லி, கொஞ்சம் பணம் கொடுத்து அனுப்பினேன். கிழவி கிளம்பிய ரெண்டு நிமிஷத்தில் வின்செண்ட் வெளியே வரும் சத்தம் கேட்டது.

"என்ன? அதுக்குள்ள முடுஞ்சுதா?' என்று சிரித்தபடி கேட்டேன்.

"ஆமா பா, ரெண்டு ரவுண்டு தான?" என்று இளித்தான். அவன் முகத்தில் ஒரு புதிய புத்துணர்ச்சி தெரிந்தது. ஏனோ என் கண்களுக்கு அவன் வித்தியாசமாக தெரிந்தான். பல வருடங்களாக அவனை இரவில், ட்யூப்லைட்டின் வெளிச்சத்துலயே பார்த்தனாலேயோ என்னவோ தெரியவில்லை. ஆனால் அவன் முகம் நான் ஆச்சர்யப்படுமளவு பிரகாசித்தது.

"ஒரு சிகரெட் கொடு" என்றான். மேஜைக்கு கீழே வைத்திருந்த சிகரெட் பெட்டியை எடுத்து ஒன்றை குடுத்தேன். அதை பற்றவைத்துக்கொண்டு சந்தோஷமாக புகை விட்டுக் கொண்டே விடைபெற்றான்.

அவன் நடை நான் சற்று நேரம் முன்பு பார்த்த, பெருவலியில் துடித்துக் கொண்டிருக்கும் முதியவரின் நடை அல்ல. அவன் நடை ஒரு மிலிட்டரி பிரிகேடியரின் நடைபோல் கம்பீரமாக இருந்தது.

***

பக்கத்து கடையில் வேலை செய்யும் சின்ன பையனை மறுபடியும் வரவழைத்து பஜாரின் முனையில் இருக்கும் மெஸ்ஸில் இருந்து டிபன் வாங்கி வர சொன்னேன். பசி வயிற்றை கிள்ளியது, காலையில் வீட்டில் நான் நிராகரித்த இட்லிகளின் உருவம் என் சிந்தையில் நாட்டியம் ஆடியது.

பையன் டிபன் வாங்க சென்றதும், கைத்தடியை ஊணியபடி முனுசாமி வந்தடைந்தார். காலத்தினால் சுரண்டப்பட்டு, ஒடுங்கிய மெலிந்த உடல் அவருக்கு. அவர் உடல் உறங்கும்போதும் நடுங்கிக்கொண்டே இருக்கும் என்று அவர் வீட்டில் வேலை செய்யும் சிவகாமி சொல்லி கேட்டுருக்கிறேன். எப்பொழுதும் வலியை மட்டும் பிரதிபலித்துக் கொண்டிருக்கும் அவர் கண்களை அவர் அணிந்திருக்கும் மூக்குக்கண்ணாடி பெரிதாக்கி காட்டியது.

"பிள்ளைவாள்" என்று சிரித்துக்கொண்டே படியேறினார் முனுசாமி.

"சொல்லுங்க ஐயா" என்றபடி எழுந்துநின்று வரவேற்றேன். முனுசாமி நாடாருக்கு வயது எண்பதை நெருங்கி கொண்டிருக்கும். நல்ல செல்வந்தர். சொத்துகள் வாங்கி குமிப்பதை மட்டுமே குறிக்கோளாக வைத்து வாழ்ந்த குடும்பத்தில் படித்த ஒரே ஆள் முனுசாமி தான். இவரது படிப்பு இவருக்கு அரசாங்க வேலை வாங்கி தந்ததோடு சொத்துகளை தன்னிடமே தக்கவைத்துக் கொள்ளும் சாதூர்யத்தையும் கற்றுக்கொடுத்து உதவியது. சகோதரர்களும், சொந்தக்காரர்களும் சொத்துகளை சம்பாதித்த வேகத்துலயே இழந்தனர்.

முனுசாமி எப்படி தன் சொத்துகளை தக்கவைத்துக் கொண்டார் என்பதின் முழுக்கதை தெரியாது. ஆனால் அவரின் வெற்றிக்கு அவர் கல்வி அவருக்கு தந்த நிதானமே காரணம். சொந்தக்காரர்கள் அனைவரும் தோல்வியை

தழுவிக் கொண்டிருக்க, முனுசாமி மட்டும் வெற்றியை அறுவடை செய்துக் கொண்டிருந்தார். இதனால் அவர் அவர்களின் வெறுப்பையும் சேர்த்தே சம்பாதித்தார். யார் விட்ட சாபமோ அல்லது யார் வைத்த சூனியமோ என்று தெரியவில்லை, இன்று எண்பது வயதில் அவரின் பிள்ளைகளே அவரை வெறுத்து ஒதுக்கிவிட்டார்கள். பணம் பெருக்கெடுத்து ஓடும் இடத்தில் பாசத்துக்கு இடம் இருக்காது என்ற சொல்லிற்கு அவர் மற்றுமொரு எடுத்துக்காட்டு.

இப்போது முனுசாமியும் அவரது மனைவியும் ஒரு அபார்ட்மென்ட்டில் தனியாக வாழ்கிறார்கள். அல்சைமர் நோய் முற்றிப்போய் தத்தளிக்கும் அவர் மனைவியை இவர் ஒத்தை ஆளாக கவனித்து வருகிறார். அவ்வப்பொழுது இவரின் மனைவி இவரையே அடையாளம் தெரியாமல் யார் நீ என்று கேட்டு கத்தி கூச்சலிடுவதை பற்றி அபார்ட்மென்ட்டில் இருந்த மற்ற குடும்பங்கள் பேசி கேட்டுருக்கிறேன். அவரின் நிலைமை எவ்வளவுதான் மோசமாக இருந்தாலும், அவர் கற்ற கல்விக்கும், அவருக்கு இருக்கும் செல்வாக்கிற்கும், அவரின் வயதிற்கும் இன்றைக்கும் நல்ல மரியாதை. துயரங்கள் நிறைந்த வாழ்க்கைதான் என்றாலும் ஊருக்கு கேலி பொருளாகாமல் கௌரவமாய் வாழ்வதே ஒரு வரம் தானே?

"ஒரு கட்டு பீடி கொடு" என்று சொல்லிக்கொண்டே அவரது மணிபர்ஸை திறந்து அதிலிருந்த சில்லறைகளை எண்ணிக் கொண்டிருந்தார்.

"தோ தரேன் ஐயா.. சாப்டாச்சா? அம்மா எப்படி இருக்காங்க?" என்று பீடி எடுத்துக்கொண்டே நலம் விசாரித்தேன்.

"ஏதோ ஓடுது பிள்ளைவாள்" என்று சலித்துக்கொண்டார். எண்பது வயதானவருக்கு, விவரிக்க முடியாதளவு துயரத்தை தனியாக சமாளித்துக் கொண்டிருக்கும்

அவரின் சலிப்புக்கு என்னவென்று ஆறுதல் கூறுவது. அமைதியாக நின்றேன்.

"ஆண்டவன் கூப்பிட மாட்டேங்கிறானே" என்று மறுபடியும் சலித்துக்கொண்டார்.

"அவனுக்கு தெரியும் ஐயா, யாரை எப்போ கூப்பிடனும்னு. உங்களுக்கு ஏதோ வச்சிருக்கான். அத அனுபவிக்காம உங்கள கூப்பிடமாட்டான்" என்று ஆறுதல் சொன்னேன்.

"இன்னும் தண்டிக்க போறான்னு சொல்றயா?" என்று கேட்டு சிரித்துக்கொண்டார்.

"அய்யயோ, உங்க நல்ல மனசுக்கு ஏதாச்சு நல்ல விஷயத்தை அனுபவிக்க வச்சுட்டு தான் கூப்பிடுவான்னு சொன்னேன் ஐயா" என்று சொன்னேன்.

"என்னத்த நல்ல விஷயம் பிள்ளைவாள். எண்பதாச்சு.. உண்மைய சொல்லனும்னா ஒண்ணுக்கு அடக்க முடியல பிள்ளைவாள். காலைல படுக்கையிலேயே இருந்தர்றேன். நினைவே இல்லாம போறது வேற, எழுந்திருக்க முடியாம, நினைவு தெரிஞ்சு மேலயே மோண்டுக்கறது எவ்ளோ கொடுமை தெரியுமா?" என்று புலம்பினார். என்ன ஆறுதல் சொல்வதென்று தெரியாமல் முழித்தேன்.

"ஈரத்தோட எழுந்து மனைவி அறைக்கு போனா, குடல் வெளிய வர அளவு ஒரு நாற்றம். அவ படுக்கை முழுக்க பேண்டு வச்சுருப்பா. வேலைக்காரி வர்றதுக்கு 11 மணி ஆகும். உடம்பு கொஞ்சம் முடியற அன்னிக்கு நானே அள்ளி போடுவேன். முடியாத அன்னிக்கு அந்த நாற்றத்தோட இருப்பேன்" என்று கூறும்பொழுது அவர் குரல் சற்று உடைந்தது. பீடியை வாங்கி பற்றவைத்துக் கொண்டு விடைபெற்றார்.

அவர் கிளம்பியதும் அவரின் வாழ்க்கை எவ்வளவு சபிக்கப்பட்டதென்று எண்ணி அவருக்காக

பரிதாபப்பட்டேன். அவரின் துயரத்தின் அறிதலும், நான் அவர் மீது உணர்ந்த பரிதாபமும் எனக்குள் ஓரமாக ஒரு நிம்மதி உணர்ச்சியை உணரச் செய்தது. அந்த சாபமும், வாழ்க்கையும் என்னுடையதல்ல என்ற அறிதலினால் நுழைந்த நிம்மதி அது. சிறிது நேரத்திலேயே அந்த நிம்மதி கரைந்தோடி ஒரு விதமான பயத்தை என்னுள் வரவழைத்தது. நாளை எனக்கும் இது நேர்ந்துவிடலாம் என்கிற பயம் என்னை துன்புறுத்த துவங்கியது.

"எல்லோருக்கும் இப்படி ஆகாது" என்று எனக்கு நானே சொல்லிக்கொண்டேன். அதை உறுதிசெய்ய எனக்கு தெரிந்த வயதானவர்களின் இறுதி ஆண்டுகளை யோசித்து பார்த்தேன். என் மனது முதலில் என் தந்தையை நினைவூட்டி பார்த்தது. அவருக்கு இப்படி நேரவில்லை. ஊர் வழக்கத்தில் சொல்லவேண்டுமானால் தூக்கத்துலயே உயிர் பிரியும் நல்ல சாவு தான். உயிர் பிரியும் நாள் வரை நன்றாக சாப்பிட்டுக்கொண்டு சந்தோஷமாக தான் வாழ்ந்தார்.

தந்தையை பற்றி நினைத்ததுமே என் மனது நான் ஏறத்தாழ 40 ஆண்டுகளாக பூட்டி வைத்திருந்த ஒன்றை நினைவுக்குக் கொண்டுவந்தது. அந்த நினைவு என் கைகளை நடுங்க செய்தது. இரண்டே நிமிடங்களில் என் உடல் முழுவதும் வியர்வையில் நனைந்தது. கண்கள் கண்ணீரால் நிரம்பின. என்ன செய்வதென்று தெரியாமல் முகத்தை மேஜை மீது வைத்து கண்களை மூடிக் கொண்டேன்.

"அம்மா... அம்மா..." என்று முணுமுணுத்துக் கொண்டே இருந்தேன்.

***

என் தந்தை செல்வகணபதி பிள்ளை இந்த கடையை துவங்கும்பொழுது இவ்வளவு பெரிதாக இல்லை. அவர் கடை துவங்கும்பொழுது இன்று பஜாராக இருக்கும் இடத்தில் வாய்க்கால் ஒன்று ஓடியது. இரவும் பகலும் வாலிபர்களும், மாடு வைத்திருப்பவர்களும், துணி துவைப்பவர்களும் வந்த வண்ணமாக இருக்கும். இவர்களை மனதில் வைத்தே என் தந்தை அந்த சிறிய பெட்டி கடையை துவக்கினார். வெற்றிலை, பீடி மற்றும் குளிப்பவர்களுக்கு தேவையான சோப்பு, ஷாம்பு, தேங்காய் எண்ணெய் விற்றார். குளிக்க வருகிறவர்கள் சோப்பு வாங்காமல் போவதில்லை, குளித்து முடித்தவர்கள் பீடி அல்லது வெற்றிலை வாங்கிக்கொள்ளாமல் இருக்கவில்லை, ஆகவே ஏதோ குருட்டு நம்பிக்கையில் கடை திறந்த என் தந்தைக்கு நல்ல வியாபாரம். கடை துவங்கின இரண்டு ஆண்டுகளிலேயே விலை உயர்ந்த சிகரெட்டுகளை வாங்கி விற்க ஆரம்பித்தார். நல்ல லாபமும் பார்த்தார்.

நல்ல வடிவான மனைவி, வாட்டசாட்டமான மகன் என நிறைவான வாழ்க்கை வாழ்ந்து வந்தார் அவர். ஒரு நாள் என் அம்மாவிற்கு திடிரென்று வயிறு வலிக்க துவங்கியது. அன்று ஆஸ்பத்திரியில் இருந்த வசதிகளை வைத்து சோதித்த மருத்துவர்கள் அம்மாவிற்கு பயப்படும் அளவு ஒன்றுமில்லை என்று ஆறுதல் கூறி இரண்டு, மூன்று மாத்திரைகளை கொடுத்து அனுப்பிவைத்தார்கள்.

ஒரு வாரம் நன்றாக இருந்தாள். ஒரு வாரம் கழித்து மறுபடியும் வயிறு வலிக்க துவங்கியது. இம்முறை அவளால் வலியை சற்றும் பொறுத்துக்கொள்ள முடியவில்லை. வயிற்றை இறுக்கி அணைத்தபடி கட்டிலில் "அம்மா.. அம்மா" என்று அலறிக்கொண்டே உருண்டாள். இம்முறையும் மருத்துவர்கள் அம்மாவிற்கு என்ன வியாதியென்று சீராக கண்டறியாமல், இதுவாக

தான் இருக்கும் அதுவாக தான் இருக்கும் என்று யூகித்துக் கொண்டு மாத்திரைகளையும் மருந்துகளையும் பரிந்துரைத்தனர். அவர்கள் பரிந்துரைத்த மருந்துகளை உண்டதும் அம்மா அடித்துப் போட்டமாதிரி தூங்குவாள். விழித்ததும் வலி வந்துவிடும். ஒரு கட்டத்தில் அவள் அலறல் தாங்கமுடியாமல் அப்பாவே அம்மாவிற்கு மருந்துடன் சேர்த்து சாராயமும் ஊற்றிக்கொடுக்க துவங்கினார்.

எவ்வித மாற்றமும் இல்லாமல் வாழ்க்கை ஒரு வருடத்திற்கு கடை, வியாபாரம், அம்மாவின் அலறல் என சுற்றியே வந்தது. ஒரு வருடம் கழித்து அம்மா படுத்த படுக்கையாகவே ஆகிவிட்டாள் என்ற அறிதல் கூட இல்லாதளவுக்கு எங்கள் இருவருக்கும் இந்த மாற்றமில்லாத வாழ்க்கை பழகி விட்டது. அப்பா பல இரவுகள் வீட்டிற்கு வராமல் இருந்தார். அவருக்கு இன்னொரு குடும்பம் இருந்ததென்ற உண்மையே அவர் இறந்ததும், இறுதி சடங்கின் பொழுது தான் எனக்கு தெரியும். அவரின் இரண்டாம் தாரத்தின் ஒப்பாரி தான் அவர் ஒளித்து வைத்திருந்த வாழ்க்கைமேல் வெளிச்சம் காட்டியது.

அம்மாவின் அலறல்கள் பழகிவிட்டதுனாலோ என்னவோ, எங்களுக்கு, குறிப்பாக எனக்கு அவள் அலறல் அவள் இருப்பின் சான்றாகி விட்டது. ஒரு கட்டத்தில் அவள் வலியில் அம்மா அம்மா என்று முணங்கும்பொழுதும் நான் அவளிடம் மிக எதார்த்தமாக அன்றைய நாளை பற்றின சங்கதிகளை அவளிடம் எவ்வித இடையூறும் இல்லாமல் பகிர்ந்ததுண்டு. வலியில் இரு உதடுகளும் துடிக்கும், இமையோரத்தில் எப்பொழுதுமே நீரில்லாமல் இருந்ததில்லை, அவ்வப்பொழுது அவள் கண்கள் அளவிற்கு மீறி விரிந்து அடங்கும். ஆனால் இவை எதுவும் என் உரையாடலிற்கு தடையாக இருந்ததே இல்லை.

அவள் எதுவும் முனங்காமல் இருந்தால் எனக்கு ஒருநொடி இதயமே நின்றுவிடும். வேகமாக அருகில் சென்று அவள் மார்பை பார்ப்பேன். அது ஏறி இறங்குவதை பார்த்ததும் தான் எனக்கு உயிர் வரும்.

என் வாழ்க்கையில் அப்பாவின் இருப்பு மற்றும் பங்கு அவர் அவ்வப்பொழுது தரும் ருபாய் நோட்டுகளில் மட்டுமே இருந்தது. ஒரு கட்டத்தில் என் வாழ்வில் தந்தை என்று ஒருவர் இருக்கிறார் என்பதையே நான் அவர் கொடுக்கிற பணத்தை செலவு செய்யும்பொழுது தான் உணர்வேன். எட்டாம் வகுப்புக்கு மேல் பள்ளி செல்வதை நிறுத்திக்கொண்ட எனக்கு வீடே கோவிலாகி விட்டது, அம்மா தெய்வம் ஆனாள், அவள் அலறலும், முனங்களும் மந்திரம் ஆகிவிட்டது.

ஒரு நாள் அதிகாலையில் நான் அம்மா அறையில் தரையில் படுத்திருந்தேன். திடீரென்று அம்மாவின் கட்டில் ஆடுகிற ஓசை கேட்டது. சட்டென்று கண் விழித்து பார்த்தால் அம்மா வலிப்பு வந்ததுபோல் துடித்துக் கொண்டிருந்தாள். அன்று வரை வலியில் அவள் கத்தி, துடித்ததை பார்த்த எனக்கு, எவ்வித சத்தமும் இல்லாமல் அமைதியாக, உடல் மட்டும் வெட்டி இழுத்ததை பார்த்த காட்சி என் நெஞ்சை பிழிந்தது.

"அம்மா... அம்மா" என்று கத்தினேன். அவள் காதில் எதுவும் விழவில்லை. உடல் வெட்டி இழுத்துக் கொண்டே இருந்தது. அவள் ஒரு துளி ஓசை கூட எழுப்பாதது என்னை படபடக்க செய்தது. பக்கத்தில் இருந்த ரிக்ஷாவில் அம்மாவை மருத்துவமனை அழைத்து சென்றேன்.

அம்மாவின் உடல் துடிப்பதை சற்று நொடிகள் என்ன செய்வதென்று தெரியாமல் மருத்துவர் ஒருவர் உற்றுப்பார்த்தார். பிறகு ஒரு காகிதத்தில் எதையோ கிறுக்கி என்னை வாங்கி வர சொன்னார். மருந்து கடையில் அவர் எழுதித்தந்த இன்ஜெக்ஷனை வாங்கி வந்து அவரிடம் கொடுத்தேன். கடவுளை பிரார்த்தனை

செய்தபடி அந்த ஊசியை துடித்துக் கொண்டிருக்கும் அம்மாவின் உடலில் செலுத்தினார். சரி ஆகிவிடும் என்று நானும் எதிர்பார்த்து காத்திருந்தேன். ஆனால் ஊசி போட்டதும், அம்மா மிக வேகமாக துடிக்க துவங்கினாள். வாயில் நுரையுடன் சேர்ந்து ரத்தமும் கசிந்தது. நான் பதறிப்போனேன். அவள் அருகில் சென்று அவள் கைகளை பிடித்துக் கொள்ள முயற்சித்தேன். அவள் கை துடித்தவாறே என் கழுத்தை பிடித்தது. என் மூச்சடைக்கும் அளவு அவள் கை என் சங்கை இறுக்கியது. அவள் கண்களில் கோபமோ, வெறியோ அல்ல, ஒரு விதமான ஏக்கமே தெரிந்தது. கண்விழித்து, நினைவோடு இருக்கும் நேரம் குறைவே என்றாலும், எப்படியோ அவள் என் அப்பா வீட்டிற்கு வராததையும், என் தனிமையையும் உணர்ந்திருந்தாள். தாம் போனபின்பு இவன் என்ன ஆவான் என்ற அக்கரையில் என்னையும் அவளுடன் அழைத்து சென்றுவிடலாம் என்று எண்ணினாள் போல.

"நீலா......" என்று முணுமுணுத்தாள். அவளை காப்பாற்றிவிடும் என்று நம்பி நான் வாங்கி வந்த ஊசி அவளை கொன்றது.

மனைவி இறந்துபோன குற்ற உணர்ச்சி என் தந்தையை என்னிடமே சேர்த்துவிட்டது. இரண்டாம் தாரத்திற்கு ஒவ்வொரு மாதமும் பணம் அனுப்புவார், அவ்வளவுதான். அவளும் இவரை சொந்தம்கொண்டாட முயற்சிக்காமல், இவர் நிலைமையை புரிந்துக் கொண்டு எவ்வித குடைச்சலும் கொடுக்காமல் வாழ்க்கையை நடத்தினாள்.

இன்று முனுசாமி நாடார் அவர் நிலையை விளக்கியதுனாலோ என்னவோ, என் மனது நான் யோசிக்கவே கூடாதென்று ஒளித்து வைத்திருந்த என் தாயின் கடைசி நாட்களை பற்றி சிந்திக்கவைத்தது.

அதை எப்பொழுது யோசித்தாலும் துயரம் தான் தரும் ஆனால் என் வயது ஐம்பதை தாண்டியதில் இருந்து

எனக்கு அந்த நினைவு துயரத்தைவிட அச்சத்தையே அதிகம் தருகின்றது.

இன்று முனுசாமி நாடார் விடைபெற்றதும் சாவை பற்றி யோசித்தேன். அப்பொழுது தந்தையின் சாவு நல்ல சாவாக அமைந்ததென்று ஆறுதல் கண்டதுமே என் மனது என் தாயின் மறைவை பற்றி சிந்தித்தது. உருவத்திலும் குணத்திலும் நான் அவளையே உரித்து வைத்திருக்கிறேன் என்று எல்லாரும் கூறுவார்கள். சாவிலும் அப்படி ஆகிவிடுமோ என்று நடுங்கினேன்.

"ஐயா, டிபன்" என்று கூறிக்கொன்டே சிறுவன் உள்ளே நுழைந்தான்.

***

சிறுவன் வாங்கிக்கொண்டு வந்த இரண்டு சப்பாத்திகளை சாப்பிட்டதும் சுகர் மாத்திரையை போட்டுக்கொண்டேன். காலை உணவை அடிக்கடி கடையில் சாப்பிடும் வழக்கம் உள்ளதால், ஒரு ஸ்ட்ரிப் சுகர் மாத்திரை எப்போதும் கல்லாப்பெட்டியில் இருக்கும்.

உணவுக்குப்பின் உடல் சற்று தெம்பாக இருந்ததாலோ என்னவோ அம்மாவின் நினைவுகள் என்னை பெருசாக வதைக்கவில்லை. அம்மாவின் மறைவுக்குப்பின்னால் அவள் கவலைப்பட்டதுபோல் எதுவும் நேரவில்லை. அப்பாவின் இரண்டாம் தாரத்தின் பெருந்தன்மையும், அவள் அவ்வப்போது அவருக்கு அளிக்கும் அறிவுரைகளின் விளைவால் அவர் என்னுடனே இருந்தார். என்னை நன்கு கவனித்துக்கொண்டார்.

வாய்க்கால் வறண்டுப் போனபின்பும் அப்பாவிற்கு பெரிதாக இழப்பு ஏற்படவில்லை. வியாபாரம் பார்த்துக் கொண்டிருந்த வருடங்களில் அவர் பணத்துடன் சேர்த்து பேரையும் சம்பாதித்தனால் வாய்க்கால் வறண்டதும் பெட்டி கடையை சற்று பெரிதாக்கி மளிகை சாமான்களும் வாங்கி விற்றார். பஜாரில் முளைத்த முதல் கடை எங்களுடையதே.

வறுமையின் சுவாசம் கூட நுழையாத வீடு. பொருளாதார ரீதியில் கடுகளவு கஷ்டத்தைக் கூட அனுபவிக்காத வாழ்க்கை. இன்று பின்னோக்கி சிந்தித்துப் பார்த்தால் நான் என் அம்மாவை பற்றி அந்த நாட்களில் யோசித்ததை விட இன்றே அதிகம் சிந்திக்கிறேன். அன்று சிந்திக்காததற்கும், இன்று சிந்திப்பதற்கும் வயது ஒன்றே காரணமாக இருக்க முடியும். இளம் வயதில் துயரங்கள் ஏதும் நிகழ்திருந்தால் கூட அவளை தேடி இருப்பேன். ஆனால் செளகர்யம் சம்மணமிட்டு குந்தியிருந்த வாழ்க்கை என்னுடையது.

"பிள்ளைவாள் மவன்" என்று ஊரே என்னை உரிமைக் கொண்டாடும். தேநீர் அருந்த கடைக்கு சென்றால் இலவசமாகவே தேநீரும் பட்டர் பிஸ்கட்டும் கொடுப்பார்கள். அது என்ன கணக்கோ என்று தெரியவில்லை, ஒரு செல்வந்தரையோ அல்லது அவர்களின் வாரிசுகளையோ "கைக்குள்" போட்டுக்கொள்ள வேண்டும் என்ற எண்ணம் ஒரு ஏழைக்கும் வந்துவிடுகிறது நாட்டையே ஆளும் அரசியல்வாதிக்கும் வந்துவிடுகிறது.

"எனக்கு எதுக்குடா இலவசம்?" என்று நக்கலாக கேட்க தோணும். ஆனால் எதிரே நிற்கும் ஒருத்தருக்கு கிடைக்காத மரியாதை, சலுகை எனக்கு கிடைப்பதில் இருக்கும் அற்ப சந்தோஷம் என்னை அந்த கேள்வியை கேட்கவிடாமல் முடக்கியது.. காசில்லாத ஒரு ஏழை கடன் சொன்னால் வார்த்தைகளால் கடித்து குதறும் அதே கடைக்காரன் எனக்கு இலவசங்களை அள்ளி கொடுப்பதை எண்ணி குழம்பிய நாட்களும் உண்டு. அந்த செயலிற்கு பின்னால் இருக்கும் அவனது நோக்கமும், அதற்காக தனக்குள்ளேயே அவன் கற்பித்துக்கொள்ளும் நியாயம் எனக்கு பிடிபடாததால் ஏற்பட்ட குழப்பம் அது. ஒரு பணக்காரன் நினைத்தால் ஒரு நொடியில் நம்மளை இல்லாமல் ஆக்கிவிடுவான் என்கிற ஆழ்மனதின் அச்சமே அதற்கு காரணம் என புரிந்துகொள்வதற்கு சில வருடங்கள் தேவைப்பட்டது. அது மட்டும் இல்லாமல் நான் இன்னாருக்கு தெரிந்தவன், வேண்டப்பட்டவன், என் கடையில் தான் தேநீர் அருந்துவார், இதோ இங்கே தான் அமர்ந்திருப்பார் என எங்களை போல் ஆட்களுடன் சம்மந்தப்படுத்தி கூறுகையில் அவர்களின் மதிப்பு ஏறுகிறது என்ற நம்பிக்கை அவர்களுக்கு.

நட்பு சம்பாதித்துக்கொள்ளும் வயது முழுக்க அந்த அற்ப குஷியை அனுபவித்தும், ஏன் இப்படி எல்லாம் நடக்கிறது என்ற குழப்புதுடனும் கழித்ததின் விளைவால் எனக்கு பெரிதாக நண்பர்கள் அமையவில்லை. என் அளவு வசதி இருந்த குடும்பம் அந்த சுற்றுவட்டாரத்தில்

இல்லை, அப்படியே இருந்தாலும் அதில் என் வயதில் யாருமில்லை. தெரிந்தோ தெரியாமலோ அல்லது அந்த வயதின் இயலாமையாலேயோ என் வார்த்தைகள் மூலமாகவும், உடல் மொழியின் வழியாலும், என் தரத்தை, என் குடும்பத்தின் உயர்ந்த நிலையை வெளிகாட்டிக் கொண்டே இருந்தேன். தனிமையை உணர துவங்கும்பொழுதே திருமணம் ஆகிவிட்டது, மனைவியின் தேகம் சலிக்க துவங்கும்பொழுதே மகன் பிறந்துவிட்டான், மகன் படிக்க துவங்கியதும், அவன் மேலே படிக்க ஆசைகாட்ட ஆரம்பிக்கவும் அப்பா இறந்துவிட்டார். வியாபாரத்தை எடுத்து நடத்தும் பொறுப்பு, குடும்பத்துக்காக உழைக்கவேண்டிய தேவை எல்லாம் வந்துவிட்டது. வயதும் ஆகிவிட்டது.

முதலாளிகளும், அவர்களுக்கு வேலை செய்கிறவர்களும் நிறைந்து இருந்த வட்டாரத்தில் முதல்முதலில் வித்யாசமாக மிலிட்டரிக்கு சென்றவன் வின்சென்ட் தான். எங்கள் இருவரிடையே இருப்பது நட்பு என்று சொல்லமுடியாது, வேறு பெயர் இல்லாத காரணத்தினால் வேண்டுமானால் அப்படி சொல்லலாம். எனக்கும், என் வாழ்க்கைக்கும் சம்பந்தம் இல்லாத, என் அறிவுக்கு தெரியாத ஒரு வாழ்க்கையை அவன் வாழ்ந்துக் கொண்டிருந்ததினால் அவன் மீது எனக்கு ஒரு விதமான ஆர்வம். அவன் கதைகளை கேட்பதற்கு நான் அவனுக்கு கொடுத்த இலவச சிகரெட்டுகளுக்காக அவனுக்கு என் மீது கரிசனம். ஒரு வித வியாபார ஒப்பந்தம் போல் ஆரம்பித்த பழக்கம் அது. ஒரு கட்டத்தில் அவன் நன்கு சம்பாதித்தது மட்டும் இல்லாமல், அதை சாதுர்யமாக சேர்த்து வைக்கவும் கற்றுக்கொண்டான். அவன் உத்யோகத்தில் இருந்து ஓய்வு பெரும்பொழுது என் நிலையை எட்டிவிடவில்லை என்றாலும் என்னிடம் இலவசத்தை எதிர்பார்க்கிற நிலையை விட பல மடங்கு உயர்ந்து விட்டான். அதனால் எங்கள் இருவருக்கு இடையே இன்று ஒரு பரஸ்பர மரியாதை நிலவி வருகிறது.

வழக்கம்போல் அன்றும் நல்ல வியாபாரம். பொதுவாகவே திங்கட்கிழமை வியாபாரம் அமோகமாக இருக்கும். ஞாயிற்றுக்கிழமை கடை விடுமுறை என்பதினாலோ என்னவோ? ஆனால் உட்கார நேரமில்லாத அளவு வியாபாரம் நடக்கும்.

மற்ற திங்கட்கிழமையை போலவே அன்றும் மிக வேகமான வியாபாரம் நடந்தது. திரும்பி பார்ப்பதற்குள் மணி 2 ஆகிவிட்டது. பொதுவாகவே மதியம் நேரம் அவ்வளவு வியாபாரம் ஆகாது. மதியம் இரண்டில் இருந்து மாலை நான்கு வரை பெரிதாக கடைக்கு ஆட்களே வராது. சாப்பிட உக்காந்திருக்கும் கணவன் திடிரென்று கேட்டால் அப்பளம், ஊறுகாய் வாங்க அல்லது நல்ல வெயில் இருப்பதினால் துணி துவைத்து விடலாம் என்று எண்ணி டிட்டெர்ஜன்ட் பவுடர் வாங்குவதற்கு மனைவிமார்கள் ஒன்று இரண்டு பேர் வருவார்கள். ஒவ்வொரு வீடாய் ஏறி இறங்கி வியாபாரம் செய்யும் சேல்ஸ்மண் சிலர் சிகரெட் வாங்கிக்கொள்வார்கள். அதுபோக 3 மணி அளவில் கிரிக்கெட் விளையாட போகும் வாலிபர்கள் ரப்பர் பந்துகளும் சுவிங்கம்மும் வாங்கிக்கொள்வார்கள். அவ்வளவுதான்.

ஒன்னரை மணி அளவில் பக்கத்து கடையில் வேலை செய்யும் சிறுவன் சைக்கிளில் சென்று வீட்டில் மதிய உணவு வாங்கிக்கொண்டு வந்தான். இரண்டரை மணிக்கு அதை சாப்பிட்டு நாற்காலியில் நல்ல சொகுசாக உக்கார்ந்துக் கொண்டேன். தூக்கம் கண்ணை கட்டியது. மேஜையில் தலையை சாய்த்தபடி கண்களை மூடிக்கொண்டேன்.

எவ்வளவு நேரம் தூங்கினேன் என்று தெரியவில்லை, கடை வாசலில் கொலுசு சத்தம் கேட்டு கண் விழித்தேன்.

பதினான்கு, பதினைந்து வயது பெண் ஒருத்தி நின்றுகொண்டிருந்தாள். முதல் பார்வையில் அவளை எங்கேயோ பார்த்த ஒரு ஞாபகம் என் சிந்தையில்

வந்துபோனது. வாயை துடைத்துக் கொண்டு எழுந்தேன். முடுச்சு எப்பொழுது கலைந்தது என்று தெரியவில்லை, நான் எழுந்திருக்கவும் வேஷ்டி கழண்டு நழுவியது. பதறிப்போய் இரு கைகளால் அதை பிடித்துக் கட்டியபடி அவளை பார்த்தேன். அவள் என் வேஷ்டி நழுவியதை கவனித்துவிட்டாள் என்று அவள் பார்வை காட்டிக்கொடுத்தது.

அவள் அப்பொழுது அதை பொருட்படுத்தாமல் "இது வேணும், அது வேணும்" என்று கடைக்கு சாமான் வாங்க வந்த லட்சணத்தோடு பேசியிருக்கலாம். அல்லது "பார்த்து ஐயா" என்று அக்கறை காட்டிருக்கலாம். அப்படியெல்லாம் செய்திருந்தால் இன்று, இப்பொழுது இந்த சம்பவம் ஒருவேளை நடக்காமலே போயிருக்க கூடும். ஆனால் அவள் அப்பொழுது என் வேஷ்டி நழுவியதை ஒரு விஷயமே இல்லை என்று புறக்கணிக்கவும் இல்லை, அக்கறை செலுத்தவும் இல்லை. அவள் நக்கலாக, உச்ச ஸ்தாயியில் வயிறு குலுங்க சிரித்தாள். ஒரு வினாடி அவள் சிரிப்பு எனக்கும் சிரிப்பூட்டியது, ஆனால் அடுத்த வினாடியே அது அவமானமாக மாறி, ஆங்காரத்தை வரச்செய்தது. அவள் சிறிய தலையை என் இரு கைகளுக்குள் இடுக்கி, நசுக்கிவிடவேண்டும் என்று தோன்றியது. சத்தம் காட்டாமல் அவள் கன்னத்தை கிள்ளி விடலாமா என்று யோசித்தேன். அவள் ஆடையை காற்றோ, மரமோ, செடியோ அல்லது ரோட்டில் படுத்துக் கிடக்கும் நாயோ அலங்கோல படுத்திவிடாதா என்று ஏங்கினேன். இந்த சிந்தனைகளில் நியாயம் இல்லை என்று எண்ணி பெருமூச்சுவிட்டபடி அவள் அருகில் சென்றேன்.

"என்ன வேணும்?" என்று கோபத்தோடு கேட்டேன். அவள் சிரித்தபடியே ஷாம்பு வேண்டும் என்று கேட்டாள். ஷாம்பு பாக்கெட்டை கிழித்ததும் அது அரைகுறையாக கிழிந்து ஷாம்பு என் கை இடுக்குகள் வழியாக ஒழுகியது. சிரிப்பதற்கு காரணம் தேடித் கொடிருந்தவள்போல் மறுபடியும் உடல் குலுங்க சிரித்தாள்.

"இந்தா" என்று இன்னொரு பாக்கெட்டை கிழித்து அவள் மேல் எறிந்தேன்.

"சரி, கோபப்படாதீங்க. வேஷ்டி நழுவியப்போ நான் எதையுமே பாக்கல, பயப்படாதீங்க" என்று சொல்லி கண்சிமிட்டிவிட்டு ஓடினாள். அவள் கண்சிமிட்டிவிட்டு, தலையை அவ்வளவு சூட்டிப்பாக திருப்பிக்கொண்டு ஓடிய அழகை பார்த்துக்கொண்டு நின்றேன். திடிரென்று ஒரு பலத்த காற்று சில வினாடிகளுக்கு வீசியது, காற்று வீசியதில் பல காலமாக அவள் உடலை தொட்டு, அணைத்து அனுபவிக்க காத்துக்கொண்டிருந்ததைப்போல் அவள் ஆடை அவள் உடல் மேல் ஒட்டிக்கொண்டு, அவள் தேகத்தின் வடிவத்தையும், மடிப்புகளையும், வளைவுகளையும் கோடிட்டுக்காட்டியது.

தலையை நன்றாக வெளியில் நீட்டி அவளை பார்த்துக்கொண்டே இருந்தேன்.

"யார் இவள்?" என்ற கேள்வி என் மனதில் ஓடிக்கொண்டே இருந்தது. அவள் சற்று தூரம் சென்று திரும்பினாள். எட்டிப்பார்த்துக் கொண்டிருக்கும் என்னை பார்த்து மறுபடியும் சிரித்தபடி ஓடினாள். அவள் ஓடிய விதம் என்னிடம் "என் உடலை பார்த்தாயா? என் மார்பை பார்" என்று வார்த்தைகள் இல்லாமல் கூறுவது போல் இருந்தது. அந்த 20 வினாடிகள் என்னுள் நான் உணர்ந்த உணர்ச்சி என் வயதை பாதியாக குறைத்து என் சிந்தையில் காட்டியது. அந்த 20 வினாடிகள் என் மனது என் வயதை முற்றிலுமாக மறந்தது எனக்கே ஆச்சர்யமாக இருந்தது. மனைவியும், மகனும், வின்சென்டும், முனுசாமி நாடாரும் ஒவ்வொரு அசைவிலும் எனக்கு என் வயதையும், இயலாமையையும் நினைவூட்டிக் கொண்டே இருந்தனர். ஆனால் அந்த பெண் ஒரு 20 வினாடியில் என்னை ஒரு வாலிபனாக உணரச்செய்தாள். அடிவயிற்றில் ஏதோ நெளிகின்ற உணர்வு தட்டியது. வேகமாக நடந்து சென்று கண்ணாடியில் என் முகத்தை பார்த்தேன். முகத்தை

பார்த்த அந்த நொடியே எனக்குள் நெளிந்த, துடித்த அந்த வாலிப சீற்றம் சிதைந்தது.

"இப்படி தானே அவள் கண்களுக்கும் தெரிந்துருப்பேன்" என்று யோசித்தேன். என் உருவம் கொண்டிருக்கும் ஒரு கிழவன் உறங்குவதை, சத்தம் கேட்டு வாயில் எச்சில் வழிய எழுந்ததை, வேஷ்டி நழுவி ஒரு வினாடி அம்மணமாய் நின்றதை என் மனது எனக்கு மிகைப்படுத்தி காட்டியது. யாரை சபிப்பது என்று தெரியாமல் என்னை நானே சபித்துக் கொண்டேன்.

"கிழட்டு பொறுக்கி. எப்படி வழிஞ்சான் தெரியுமா?" என்று அவள் ஸ்நேகிதிகளிடம் பேசி கேலி செய்வாளோ என்று அஞ்சினேன்.

அப்பொழுது திடிரென்று எங்கிருந்தோ விழுந்த இடி போல என் மனதில் அவள் யார் என்ற அறிதல் தோன்றியது. அந்த அறிதல் என்னை கூனிகுறுக செய்தது.

அவள் என் கடையில் வேலை செய்யும் கிழவியின் பேத்தி.

***

அடுத்த இரண்டு மணி நேரமும் எதிரில் தொங்கும் கடிகாரத்தை பார்த்தவாறே கழிந்தது. 4:30க்கு கிழவி மீண்டும் கடையை சுத்தம் செய்ய வருவாள். அவள் எதிரில் நிற்க, அவள் முகத்தில் முழிக்க அச்சமாக இருந்தது.

"யாரு ஆச்சி அந்த கிழவன்? சரியான பொறுக்கியா இருப்பான் போல" என்று கிழவியிடம் கூறி இருப்பாளோ என்று பயந்தபடி இருந்தேன். அவள் கண்களில் நான் ரொம்ப சிறியவனாக ஆகிவிடுவேனோ என்ற பயம் என் மனதில் நிலைகொண்டது. அந்த பெண்ணுடன் நடந்த அந்த இரண்டு நிமிட உரையாடலும், சம்பவமும் என் சிந்தையில் வெவ்வேறு கோணத்தில் வெவ்வேறு அர்த்தங்கள் கற்பிக்கும் வகையில் ஓடிக்கொண்டே இருந்தது. முதலில் அச்சமாகவும், அவமானமாகவும் இருந்தது. பிறகு அந்த நிகழ்வும், என் அச்சமும், இந்த அவமான உணர்ச்சியும் தேவையற்றது என்று என் மனது கூறியது.

"சும்மா பார்த்தேன். அவ்வளவுதானே?" என்று என் மனதே அதை துச்சமாக காட்டியது. ஆனால் மணி நான்கை நெருங்கியதும், கிழவி முகத்தில் முழிக்க வேண்டும் என்ற அறிதல் என் மனதில் புகுந்ததும், அந்த பெண் என்னை பற்றி ஏதும் கூறியிருப்பாளோ என்று எண்ணியதும், அந்த அச்சமும் அவமான உணர்ச்சியும் மீண்டும் மனதினுள் புகுந்தது.

கிழவியின் பேத்தி பெயர் கலைச்செல்வி என்று அப்போது தான் ஞாபகம் வந்தது. நான் அவளை பார்த்து இரண்டு ஆண்டுகள் ஆயிற்று. என் மனதிலும், நினைவிலும் அவள் ஒரு சிறுமியாகவே பதிந்திருந்தாள். விடுமுறைகளை வெளி ஊரில், கிழவியின் இன்னொரு மகள் வீட்டில் கழித்து வந்த கலைச்செல்வி இங்கு

கிழவி வீட்டிலேயே தங்குவது இந்த இரண்டு வருடத்தில் இதுவே முதல் முறை.

"இரண்டே வருடத்தில் எவ்வளவு மாறிவிட்டாள், வளந்துவிட்டாள்?" என்று ஆச்சர்யப்பட்டுக் கொண்டேன். அவள் உச்சிமுதல், பாதம் வரை ஒவ்வொரு அசைவும், அவளின் நக்கலான சிரிப்பும் ஒரு ஆணின் மனதை கிளறி அதில் நஞ்சை விதைக்கும் விதமாகவே இருந்தது. வயது பதினான்கு முதல் பதினாருக்குள் இருக்கும், ஆனால் எவ்வளவு பெரிய முலைகள், மடிந்த இடுப்பு என்று அவளை மீண்டும் கண்முன் காட்சிப்படுத்திக் கொண்டேன். இரண்டு வருடங்களுக்கு முன் கலைச்செல்வி என் கண்களுக்கு ஒரு பலவீனமான சிறுமியாக தென்பட்டதும், இன்று அவள் என் கண்களுக்கு கவர்ச்சி பெண்ணாக, காமதேவதையாக தென்படுவதற்கும் என் வயதும், அந்த இரண்டு வருடத்தில் நான் இழந்த ஆண்மையும் தான் கரணம் என்று அப்பொழுது என்னால் புரிந்துக்கொள்ள முடியவில்லை. இரண்டு வருடத்திற்குமுன் நான் இன்றைவிட ஆரோக்கியமாக இருந்தேன். பெரிதாக சோர்வு அடைந்ததில்லை. எவ்வளவு வேலைகள் இருந்தாலும் சுறுசுறுப்பாக, சந்தோஷமாக செய்தவன் தான். அன்று மனக்கண்ணில் நான் ஒரு பெரிய வீரனாகவும், பலசாலியாக தெரிந்ததினால் என் கண்களுக்கு என் மனைவி ஒரு பரிதாபத்திற்குரிய பெண்ணாகவும், கலைச்செல்வி ஒரு சிறுமியாகவும் தெரிந்தார்கள். இன்று என் மனக்கண்ணில் நான் ஒடுங்கி போய்க்கொண்டிருக்கும், கொஞ்ச நாட்களில் முழுதாக ஒடுங்கிவிட போகும் ஒரு கிழவன். என் மனக்கண்ணில் நான் வீரன் அல்ல. எல்லாவற்றையும் மிகைப்படுத்தியே காட்டும் மனக்கண்களில் நான் ஒரு கூன்விழுந்த கிழவன். மனதளவில் நான் இயலாதவனாக ஆகிவிட்டால் இன்று என் கண்களுக்கு என் மனைவி, இரண்டு வருடத்திற்கு முன் எப்படி இருந்தாலோ அப்படியே இருக்கும் மனைவி, ஒரு இளைஞியின் துள்ளுடனும், ஆரோக்கியத்துடனும் இருப்பதுபோல் தெரிந்தது. உடலின் தொய்வால், என்

மனதில் பேருருவம் எடுத்து நிலைகொண்ட அந்த கிழட்டுத்தனத்தின் பாரம் தாங்க முடியாமல், என் மனம் என்னை பாதுகாக்கும் பொறிமுறையாக என் கண்களில் அந்த சிறுமியை கவர்ச்சிப்பெண்ணாக காண்பித்து, என்னுள் காமத்தை விதைத்தது. மனது திட்டமிட்டதுபோல் காமம் தலைவிரித்தாடிய அந்த இருபது நொடி என் நரம்பெல்லாம் இளமை ஓடியது. ஆனால் இந்த அறிதல்களும், புரிதல்களும் அப்பொழுது என் மனக்கதவை தட்டவே இல்லை. அன்று தட்டியிருந்தாலும், கதவை அடைத்துக் கொள்ளவே விரும்பும் காமம் கதவை திறந்திருக்காது.

மணி 4:30 ஆகியும் கிழவி வரவில்லை. பொதுவாக 4 அல்லது 4:15க்கு உள்ளே வந்துவிடுவாள். இன்று தாமதமானதும், இன்று பார்த்து தாமதம் ஆனதும் என் மனது படபடத்தது. உள்ளங்கை வேர்த்து, குளிர்ந்து போனது. ஒரு நொடி என் மனது ஒரு 200,300 வருடங்கள் பின்னோக்கி பிறந்திருந்தால் எப்படி இருந்திருக்கும் என்று கற்பனை செய்து பார்த்தது. என்னை ஒரு அரசனாக, ஒரு நாட்டின் மன்னராக கற்பனை செய்தது. மன்னனாக இருந்திருந்தால் நான் கலைச்செல்வியை கட்டியணைத்து, முத்தமிட்டிருந்தால் அதை அவள் கௌரவமாக தானே பார்த்திருப்பாள். அவ்வளவு ஏன்? பேத்தியின் முலையை மன்னன் ஆசைப்பட்டு பார்க்கிறான் என்று கிழவி அறிந்தால், கிழவியே அப்பெண்ணை என் மடியில் சிரித்த முகத்துடன் உக்கார்த்திருப்பாளே? என்றெல்லாம் அற்பமாக கற்பனைசெய்துக் கொண்டிருந்தேன். இன்றும் அவள் என்னிடம் கையேந்தி தான் நிற்கிறாள் என்றாலும், அவள் வீட்டில் அடுப்பு எரிவதற்கு என்னை நம்பி இருந்தாலும், தன்மானத்தை விற்று பிழைக்கமாட்டாள் என்று ஆணித்தரமாக என் ஆழ்மனது அறிந்ததே, அந்த மூர்க்கத்தனமான கற்பனைகளை காண செய்தது. நான் ஒன்றும் அவளுக்கு ஒரே முதலாளி அல்ல என்றும் என் மனது அறிந்திருந்தது.

மணி 4:40 ஆகிவிட்டது. கண்டிப்பா கலைச்செல்வி ஏதோ சொல்லிவிட்டாள் என்று மனது நம்ப துவங்கியது.

இப்பொழுது உடலே குளிர்ந்து போனது. கடையின் நாலு சுவர்களுக்குள் இருப்பது யாரோ என் கழுத்தை நெறிப்பது போல் மூச்சை திணறச்செய்தது. சட்டென்று எழுந்து வெளிய வந்து நின்றேன். கடை வழியாக சைக்கிளில் போன இரண்டு வியாபாரிகள் என்னை கண்டதும் வணங்கினார்கள். அந்த மரியாதை சற்று ஆறுதலளித்தாலும், கிழவியால் அது அழிந்துவிடுமா என்ற பயமும் வந்தது.

மெதுவாக தெருமுனை வரை நடந்து, கிழவி வருகிறாளா என்று எட்டிப்பார்த்தேன். அந்த சாலை முடிவில் கிழவி வந்துக் கொண்டிருந்தாள். வேகமாக நடந்து கடைக்கு வந்தேன்.

"இன்னும் 2 நிமிடத்தில் வந்து விடுவாள். என்ன ஆக போகுதோ?" என்று மனதிற்குள் புலம்பிக்கொண்டேன்.

கிழவி கடை வாசலில் நின்று என்னை ஒரு கேவலமான புழுவைப்போல், "உன்ன பெரிய மனுசன்னு நினச்சேன், நீயும் தெரு பொறுக்கி தாயோளி தானா?" என்று தன் பார்வையாலே கூறுவதுபோல் என் மனதில் காட்சிகள் ஓடியது. அந்த கருத்த, அழுக்கு நிறைந்த, நாற்றம் அடிக்கிற, நாய் பீயள்ளும் கிழவியின் கண்கள் என்னை மலத்தில் நெளியும் புழுவைப்போல் பார்க்கும் மனக்காட்சி என்னை உயிருடன் எரித்தது. என் மனது வேகமாக திட்டமிட துவங்கியது. கிழவியை எப்படியாவது என்னை விட கீழே அல்லது என்னிடம் கடன்பெற்ற நிலைக்கு தள்ளிவிட வேண்டும் என்று தோன்றியது.

வேகமாக கடைக்குள் சென்று ஒரு பாட்டில் தண்ணீரை திறந்தேன். மேலே தண்ணீரை அங்கங்கே லேசாக ஊற்றிக்கொண்டேன். கண்ணாடியில் பார்த்ததும் நன்கு வேர்த்ததுபோல் இருந்தது. வாரியலை எடுத்துக்கொண்டு கடைவாசலை நானே கூட்டிப்பெருக்க துவங்கினேன். வேகவேகமாக குப்பைகளை ஒதுக்கினேன். வேலை செய்ய துவங்கின சில வினாடிகளிலேயே என் இரண்டு

மூட்டுகளும் நிஜமாக வலிக்க துவங்கின. அந்த வலி என் முகத்தை நிஜமாகவே சோர்வாக்கியது. ஆனால் அந்த வலியும், அந்த சோர்வும் எனக்கு ஒரு விதமான சந்தோஷத்தை கொடுத்தது.

கடை இருக்கும் தெருவுக்குள் திரும்பினாள் கிழவி. வியர்வையில் சட்டை நினைந்து, குளித்தபடி, முகத்தில் வலி தவிழ்ந்தோடியபடி, நான் கடையை சுத்தம் செய்வதை பார்த்ததும் கிழவி ஓடி வந்தாள்.

"ஐயா, ஐயா குடுங்க குடுங்க, நிறுத்துங்க நீங்க. நீங்க இதெல்லாம் பண்ணிக்கிட்டு.. என்னங்கய்யா, நான் தான் வருவேன்ல? கொஞ்சம் நேரமாயிடுச்சு. மன்னிச்சுருங்க ஐயா. தயவுசெஞ்சு மன்னிச்சுருங்க. என்கிட்ட குடுங்க ஐயா" என்று கண்கள் கலங்க வாரியலை என் கையில் இருந்து பிடுங்கிக்கொண்டாள்.

"பரவாயில்ல கிழவி. பேத்தி வந்திருக்கா, அவளுக்கு உடம்புக்கு வேற முடியலன்னு சொல்லியிருந்த, பிள்ளைக்கு ஏதாச்சு புடுச்சத சமைச்சு குடுத்து வெளிய கூட்டிட்டு போயிருப்பியோனு நினச்சேன். காலைலயே சொல்லி அனுப்பணும்னு கூட நினச்சேன் கிழவி, சாயங்காலம் வேணா வரவேண்டாம், பேத்தியோட எங்கேயாச்சு போயிட்டுவானு சொல்லி அனுப்பணும்னு நினச்சேன். அப்பறம் நேரம் ஆனதும், ஒரு வேல நீயே போய்ட்டபோல, ரொம்ப சந்தோஷம்னு நினச்சுகிட்டே வெளிய வந்தேன் நீ வந்துட்ட" என்று குழந்தைபோல் சிரித்துக்கொண்டே கூறினேன். கிழவியின் கண்கள் நனைந்தது. தன்னிச்சையாக அவள் கைகள் என்னை வணங்கியது.

"அதெல்லாம் ஒன்னு இல்லைங்க ஐய்யா. காலையில மாத்திரை போட்டதுமே செரியாகிட்டா.. நான் வேலை செஞ்சுக்கறேன். நீங்க போய் உக்காருங்க" என்று சொல்லியபடி வேலை செய்ய ஆரம்பித்தாள். நான் கடைக்குள் சென்று அமர்ந்தேன்.

நாற்காலியில் சாய்ந்து உக்கார்ந்துகொண்டு என்றும் விட அன்று மும்முரமாக, ஒரு அடிமை போல் வேலை செய்துக் கொண்டிருந்த கிழவியை பார்த்தேன். எதிரில் மேஜைமேல் கொஞ்சம் சில்லறைகள் இருந்தது. வேண்டுமென்றே அதை கீழே சிதறச்செய்தேன். வெளியில் வேலை செய்துகொண்டிருந்த கிழவி சத்தம் கேட்டதும் ஓடோடி வந்தாள்.

"நான் எடுத்து தரேன் ஐயா. நான் எடுத்து தரேன்" என்று சொல்லிக்கொண்டே சில்லறைகளை பொறுக்க துவங்கினாள்.

என் மனக்கண்களில் அப்பொழுது நாற்காலி சிம்மாசனமாக மாறியது, நான் அரசன் ஆனேன். கிழவி அடிமையானாள்.

***

கிழவி சென்றதும் வழக்கம்போல் வியாபாரம் சூடுப் பிடித்தது. பகலில் நான் அனுபவித்த, என் மனதை முழுதாய் ஆக்கிரமித்த உணர்ச்சிகள் கொஞ்சம் கொஞ்சமாக உதிர்ந்துபோனது. ஒரு தவறு செய்து, அதிலிருந்து சாதூர்யமாக, புத்தி கூர்மையினால் தப்பித்தபின் மனதில் வருகின்ற கர்வ உணர்ச்சி மட்டும் ஒரு ஓரத்தில் இருந்தது.

கலைச்செல்வியின் கன்னித்தனமும், கன்னிகளுக்கே உகந்த கலப்படமற்ற அசைவுகளும், இளமை சாறை பீச்சியடித்தது. அதை, தண்ணீரை பார்க்காத நிலம்போல், இந்த கிழவனின் தேய்ந்துபோன எலும்புகளும், சுண்டிப்போன ரத்தமும் பெரும் இச்சையுடன் உறிந்துகொண்டது. கலைச்செல்வியினாலும், நான் அனுபவித்துக்கொண்டிருந்த கர்வத்தினாலும் அன்று மாலை என் உடல் சற்று சீராக இருந்தபடி உணர்ந்தேன்.

பிஸ்கட் வாங்க வருகின்ற சிறுவர்களிடமும், சிகரெட் வாங்கிக்கொள்ளும் இளைஞர்களிடமும், பிஸ்கட் பாக்கெட்டையும் சிகரெட்டையும் வலுவாக பிடித்துக்கொண்டு அவர்களிடம் கொடுக்காமல் விளையாடினேன். அவர்கள் வழக்கம்போல் எளிதாக அதை இழுக்க முயற்சி செய்து நான் வலுவாக பிடித்துக்கொண்டிருக்கிறேன் என்பதை உணர்ந்து, அவர்கள் தங்கள் கைகளில் பலத்தை வரவழைத்து அதை பிடுங்க முயற்சிக்கும்பொழுது, நான் வலுவை குறைத்து அவர்களுக்கு விட்டுக்கொடுப்பதைப்போல் பொருளை கொடுப்பதும், அவர்கள் என்னிடம் தோற்றுப்போன விரக்தியில் அசட்டு சிரிப்புடன் விடைபெறுவதும் நல்ல பொழுதுபோக்காக அமைந்தது. ஆரோக்கியத்தின் உச்சத்தில் இருக்கும் வாலிபனிடம் பலத்தை வைத்து போட்டியிட்டு அதில் அவனை விரக்தியடைய செய்து வெற்றிபெற்றதை யோசித்து சந்தோஷப்பட்டுக்கொண்டேன்.

மாலை ஆறுமணி வரை பரபரப்புடன் வியாபாரம் நடந்தது. ஆறுமணி அளவில் மழை பெய்ய தொடங்கியது. மழை பெய்தாலே வியாபாரம் சுருங்கிவிடும். குடைபிடித்து வருபவர்கள் பெரும்பாலான நேரங்களில் சிகரெட் வாங்கும் கோஷ்டிகளாகவே இருப்பார்கள்.

மழை தொடங்கி அரைமணி நேரத்தில் எனக்கு குளிர துவங்கியது. மேல் குளிர்ந்ததும், கை கால்கள் இழுத்துவிடுமோ என்ற பயம் சிந்தையில் தொத்திக்கொண்டது. கை மற்றும் கால் விரல்களை மடக்கி விரித்தபடியே இருந்தேன். மனதில் பயம் நுழைந்ததும் உடலில் பலம் குறைந்ததை என்னால் உணர முடிந்தது. மனதையும் உடலையும் சாந்தப்படுத்தும் நோக்கத்துடன் கண்களை மூடிக்கொண்டேன்.

திடிரென்று கொலுசு சத்தம் கேட்டதுபோல் இருந்தது. அந்த ஓசை என் மனதில் சட்டென்று கலைச்செல்வியின் உருவத்தை நிறுத்தியது. அப்பொழுது என் மனதில் கலைச்செல்வி ஓர் சிறுமியாக தென்படவில்லை, நன்கு வளர்ந்த, முதிர்ச்சியடைந்த தேகத்துடன், சேலை கட்டிய ஒரு பெண்ணாக தெரிந்தாள். மழைத்துளிகள் அவள் நெற்றியையும் கழுத்தையும் முத்துக்கள் பதிக்கப்பட்ட ஜொலிப்புடனும், ஓர் மலரின் இதழின் மென்மையுடனும் காட்டியது. சேலையை சிறிது தூக்கியபடி, படி ஏறி கடைக்குள் வந்தாள். ஈரத்தால் இன்னும் அழகாகப்பட்ட அவள் பாதம் கடைக்குள் நுழைவதை கண்டேன். அவள் அணிந்திருந்த ஐம்பொன் கொலுசு அவள் கால்களை மேலும் அழகாக்கியது. மழைத்துளிகளின் குளிர் தாங்கமுடியாமல் கதகதப்பை தேடி அவள் ஆடை அவள் தேகத்தை கட்டிக்கொண்டிருந்தது. குளிரில் அவள் கீழ் உதடு லேசாக துடித்தது. என் இதழ்களால் அதை பிடித்துவைத்து துடிப்பதை நிறுத்திவிடவேண்டும் என்ற எண்ணம் முளைத்தது.

"குளிருதா?" என்று கேட்டேன். தலையை அசைத்தாள். அவள் இரு கைகளும் ஒன்றுடன் ஒன்று பின்னி இரு

முலைகளுக்கு நடுவில் புதைக்கப்பட்டு இருந்தது. எழுந்து அருகில் சென்றேன். ஒரே இழுப்பில் கடையின் ஷட்டரை சாத்தினேன். கன்னியின் நாணத்துடனும், சற்று நடுக்கத்துடனும் என்னை விரித்துப்பார்த்தாள் கலைச்செல்வி. அவள் கன்னத்தை விட்டு வழிய மனதில்லாமல் துருத்திக் கொண்டிருந்த மழைத்துளியை என் கட்டைவிரலால் வருடி விடுவித்தேன். அவளின் சூடான மூச்சுக்காற்று என் உள்ளங்கையை வருடியது. அவள் கன்னத்தை லேசாக கிள்ளினேன். நாணத்தில் புன்னகைத்தாள். திடிரென்று எங்கள் இருவரை சுற்றி இருள் சூழ்ந்தது. உலகமே எங்களை கண்டு வெட்கத்தில் கண்களை இறுக்கி மூடிக் கொண்டதுபோல் இருந்தது. அவளை இறுக்க அணைத்துக் கொண்டேன். ஆச்சரியத்திலும், பிறகு சுகத்திலும் முனங்கினாள். அவளின் மெல்லிய, குச்சிபோன்ற, குளிர்ந்த கை விரல்கள் என் கைகளை வருடின. அவள் கால் கட்டை விரல் என் பின்னங்காலை லேசாக வருடியது. திடிரென்று என் உடலில் ஒரு பெருவலி பரவியது. வலது கால் நரம்புகளை யாரோ பிடுங்கி வீச முயற்சிப்பதுபோல் வலித்தது.

"அம்மா" என்று கத்தினேன். வெளிச்சம் வந்து விட்டது. தூக்கம் முறிந்துபோனது. கனவும், கலைச்செல்வியும் கரைந்து போனார்கள். வலது கால் இழுத்துக்கொண்டது. எழுந்து நின்று, வலி தாங்க முடியாமல் கால்களை பிடித்து தடவினேன். மூன்று நிமிடங்கள் நரகத்தை அனுபவிக்க செய்துவிட்டு, என் வயதையும் கிழட்டு தேகத்தின் இயலாமையையும் உணரச் செய்துவிட்டு வலி குறைந்தது.

பெருமூச்சு விட்டபடி நாற்காலியில் மறுபடியும் அமர்ந்தேன். மனத்திரையில் கலைச்செல்வியையும், அந்த கனவையும் காட்சிப்படுத்த முயன்றேன். ஆனால் அப்பொழுது என் மனதிற்கு அந்த கனவு நினைவாக மாறினாலும் என்னால் எதுவுமே செய்ய இயலாது

என்பது தீர்மானமாக தெரிந்திருந்தது. என் கண்கள் கலங்கியது. என் மனக்கண்ணில் என் உடல் முனுசாமி நாடாரின் உடல் போல் காட்சிதந்தது. ரதி போல மின்னும் கலைச்செல்வியையும், அவளின் இளமையையும், எவ்வளவு முயற்சித்தும் என்னால் ஒரு கிழட்டு தேகத்துடன் ஒட்டிவைத்து பார்க்கமுடியவில்லை.

கைகளையும் மார்பையும் தன்னிச்சையாக தடவி பார்த்தேன். லேசான சுருக்கங்களும், பலவீனமும் தெரிந்தது. நாற்காலியில் சாய்ந்து உக்கார்ந்தேன். அது சிம்மாசனமும் அல்ல நான் அரசனும் அல்ல என்பதை என் மனது என் காதில் முரசொலியுடன் கூவியது.

வீட்டிற்கு செல்லவேண்டும்போல் இருந்தது. ஆனால் எழுந்து, மழையில் ஸ்கூட்டர் ஓட்டிக்கொண்டு செல்வதை நினைத்தால் உடல் வலித்தது.

"காலைல இருந்த மாதிரியே இப்போவும் ஆயிட்டேன்" என்று மனதிற்குள் புலம்பிக்கொண்டேன். ஒரு வினாடி என் மனதில், நான் அந்த நாள் முழுக்க அனுபவித்த உணர்ச்சிகள் தோன்றி மறைந்தது.

"எவ்வளவு உற்சாகம் கண்டாலும், எவ்வளவு வலிமை உணர்ந்தாலும், கடைசியில் இந்த கிழட்டு இயலாமையில் தான் முடியுமா? இது தான் நிதர்சனமா? அவ்வளவு தான் என் வாழ்க்கையா?" என்றெல்லாம் எண்ணிக்கொண்டிருந்தேன். நான் மட்டும் துன்பத்தில் இல்லை, இது எனக்கு மட்டும் நிகழும் சாபம் இல்லை என்று மனதை தேற்றிக்கொள்ளும் முயற்சியில் என் வயதை ஒட்டிய மனிதர்களை பற்றி, என்னை விட பெரியவர்களை பற்றி சிந்திக்க நேர்ந்தேன். என்னைப்போல் தான் எல்லாரும் கஷ்டப்படுகிறார்கள், என்னை விட மோசமான நிலையில் ஒருவன் இருக்கிறானே என்ற உணர்வு எல்லா வயதினருக்கும் ஆறுதல் அளித்தாலும், ஒரு வயதாவனுக்கு அது மேலும் அச்சத்தையே ஊட்டும் என்று அப்பொழுது அறிந்துகொண்டேன்.

"உனக்கும் கீழே உள்ளவர் கோடி; நினைத்துப் பார்த்து நிம்மதி நாடு" என்ற கண்ணதாசனின் வரிகள் என்னைப்போல் கிழவனுக்கு பொருந்தாதோ என்னவோ!

மறதிக்கு ஏங்கினேன். எல்லாவற்றையும் மறக்கவேண்டும்போல் இருந்தது. நேற்றைய வாலிபம் முதல் இன்றைய கலைச்செல்வி வரை எல்லாவற்றையும் மறக்க விரும்பினேன். இந்த கிழட்டுத்தனம் தான் என் இயல்பு, என் இயற்கை என்று ஒத்துக்கொள்ள முயன்றேன். ஏனோ என் மனது அதை ஒத்துக்கொள்ள மறுத்தது. மாற்றத்தையும், வாழ்க்கை மற்றும் இயற்கையின் நிரந்தரமற்ற தன்மையை மனித மனம் ஒப்புக்கொண்டால் தான் உலகம் செழித்திருக்குமே!

ஏனோ மறதியை பற்றி சிந்தித்தும் என் நினைவில் வின்செண்ட் வந்தான்.

திடிரென்று என் மனதில் ஒரு விடிவை கண்ட பேரானந்தம் பரவியது. வேகமாக ஸ்டோர் ரூம் சென்றேன். மடமடவென்று அவன் வைத்திருந்த மிலிட்டரி சரக்கை குடித்தேன்.

***

குடித்து ஏறத்தாழ இருபது வருடங்கள் ஆனதால் வின்செண்டின் மிலிட்டரி விஸ்கி உடலில் புகுந்ததும் வேலையை காட்டியது. முதலில் தொண்டை எரிந்தது, உணவுக்குழாய் வழியாக அமிலம் செல்வதுபோல் இருந்தது. அடிவயிற்றில் எரிமலை வெடித்ததுபோல் இருந்தது. அதை சற்றும் பொருட்படுத்தாமல் மேலும் ஒரு முறை குடித்தேன். இப்பொழுது எரிவது சற்று குறைந்தது, ஆனால் நாக்கு உணர்ச்சியற்று போனதுபோல் இருந்தது. நெற்றியில் ஒரு விதமான குளிர்ச்சி பரவியது. என்னை அறியாமல் என் உதடுகள் சிரித்தது. பாட்டிலை பக்குவமாக வைத்துவிட்டு தலையை சற்று அசைத்து பார்த்தேன், உலகம் சுழல்வதை தேகம் உணர்ந்தது. நிலை தடுமாறிவிடுவேனோ என்ற பயம் தொத்திக்கொண்டது. சுவற்றில் கையை ஊன்றியபடி நடந்து வந்து நாற்காலியில் அமர்ந்தேன்.

போதை தலைக்கேறி, மன அளவில் உச்சத்தில் இருந்தேன். என் சிந்தை தனது கிழட்டு ஆடையை கழட்டி வீசிவிட்டு, இளமையின் ஆடையை அணிந்துகொண்டதுபோல் உடலெங்கும் ஒரு விதமான புத்துணர்ச்சி பரவியது. மனதில் ஒரு மூலையில் எப்பொழுமே இருக்கும் அச்சம் பறந்தோடியது. உடல் எடைகுறைந்து, லேசாக ஆனதுபோல் இருந்தது. புறங்கழுத்தில் மயிர்கள் எழுவதுபோல் ஒரு உணர்ச்சி பிறந்தது. அந்த உணர்வு ஒருவிதமான சுகத்தை தந்தது. காரணமின்றி சிரித்துக்கொண்டிருந்தேன்.

இரவு வழக்கம்போல் வின்செண்ட் வந்தான். வழக்கம்போல் வணங்கிவிட்டு, சிரித்தமுகத்துடன் ஸ்டோர் ரூமிற்குள் நுழைந்தான். அவன் பாட்டிலை பிரயோகம் செய்ததை தப்பாக எடுத்துகொள்வானோ என்று எண்ணி அவனை பின்தொடர்ந்தேன். பாதி காலியான பாட்டிலை கையில் பிடித்தபடி பார்த்துவிட்டு என்

திசையில் திரும்பினான். என் முகத்தை உற்றுப்பார்த்து, குபீரென்று சிரிக்க துவங்கினான்.

"மிஸ்டர் நீலகண்டன்? சந்தோஷமா இருக்கீங்க போல?" என்று நக்கலாக கேட்டான். அவன் கேட்டதில் சிரிப்பதற்கு எதுவும் இல்லையென்றாலும், உடல் குலுங்க சிரித்தேன். இரண்டு க்ளாஸ் குடித்தபின் அவனும் என்னுடன் சேர்ந்து சிரிக்க துவங்கினான். அவனுடன் சேர்ந்து நானும் ஒரு க்ளாஸ் அருந்தினேன். போதை தலைகேறியதும் வின்செண்ட் உடம்பில் ஒரு சூட்டிப்பு வந்தது, அந்த சுறுசுறுப்பான அசைவுகள் என்னை மேலும் ஊக்குவித்தது. என் வயதும் குறைவதுபோல், என் பலமும் உயர்வது போல் உணர்ந்தேன்.

"மிலிட்டரி சரக்கு.. ஜிவ்வுனு இருக்குது ல?" என்றான் வின்செண்ட்.

"ஆமா பா" என்று பதிலளித்தேன்.

"நீலகண்டனுக்கு என்ன திடீர் ஆசை?" என்று கேட்டுவிட்டு, ஒரு சிகரெட்டை பற்றவைதான் வின்செண்ட்.

"சும்மா தான். பெருசா காரணம் எதுவும் இல்ல" என்று சொல்லிவிட்டு, சிரிக்க துவங்கினேன்.

"என்ன ஒரே சிரிப்பா இருக்கு? வீட்ல ஒரே குஷியோ?" என்று கேட்டதும், கண் சிமிட்டினான்.

"அப்படிலாம் ஏதுமில்லை பா"

"நடிக்காத நீலகண்டன்.. முகத்துல தெரியுதே.. என்ன நேத்து ராத்திரி ஏதாச்சு நடந்துச்சா?" என்று கூறிவிட்டு, புகையை வெளியேற்றி, சிரித்தான்.

"அதெல்லாம் எதுவுமே இல்ல" என்று அடக்கமாக பதிலளித்தேன்.

"உனக்கும் எல்லாம் சுண்டிப்போச்சா?" என்று கேட்டுவிட்டு, சத்தமாக சிரித்தான். அந்த நொடிவரை,

அந்த உரையாடலில் பெருசாக நாட்டம் கொள்ளாத எனக்கு, திடீரென்று அக்கறை வந்தது.

"அப்படியெல்லாம் இல்லையே" என்றேன்.

"அப்படியா?" சந்தேகப்பார்வையுடன் கேட்டான் வின்சென்ட்.

"ஆமா பா" என்று இறுதியாக கூறுவதுபோல் சொன்னேன்.

"எனக்கு எல்லாம் சுண்டிப்போச்சு நீலகண்டன். மனசுல மட்டும் எண்ணம், ஆசை இருக்கு, அந்த ஆசைக்கெல்லாம், அந்த பசிக்கெல்லாம் உடம்பு பதில் சொல்லாதது ஒரு மாதிரி எரிச்சல்" என்று சலித்துக்கொண்டான். அமைதியாக கேட்டுக்கொண்டிருந்தேன். கடைசியாக என் மனைவியை எப்பொழுது தொட்டேன் என்று என் மனது சிந்தித்துக்கொண்டிருந்தது.

"ஆனா நீலகண்டன், திடீர்னு என்னிக்காச்சு ஒரு நாள் உசுரு வந்திரும்.. அன்னிக்கு எவலயாச்சு பைசாவை குடுத்து வீட்டுக்கு கூட்டிவந்தா, உடம்புல இருக்கற மொத்த தெம்பையும் இந்த ஒரு உறுப்பு உறுஞ்சுகிட்ட மாதிரி, உடம்புல மத்த எந்த உறுப்பும் அசைய வராது" என்று சலித்துக்கொண்டு இன்னொரு சிகரெட்டை பற்றவைத்தான்.

எந்த பதிலும் சொல்லாமல் அமைதியாக இருந்தேன். எவ்வளவு யோசித்தும் கடைசியாக நானும் என் மனைவியும் உறவு கொண்டது என் நினைவில் வரவே இல்லை.

"என்ன ஏதும் பேசல" என்று கேட்டான்.

"இல்ல.. ஒன்னும் இல்ல.. நீ மேல சொல்லு" என்று சொல்லிவிட்டு, அவன் பேசுவதை ஆர்வத்துடன் கேட்பதுபோல் முகபாவனை செய்தேன்.

"மேல என்ன மேல.. கூட்டிட்டு வந்தவள மேல மட்டும் தொட்டுட்டு அனுப்பிடுவேன்.. அவ்வளவுதான்.. அவ போனதும் ஏதாச்சு படத்தை பார்த்து பசியை தீர்த்துப்பேன்"

"படமா?"

"ஆமா.. தெரியாத மாதிரி நடிக்காத நீலகண்டன்.. இங்க பாரு" என்று சொல்லிக்கொண்டே அவன் சட்டைப்பையில் இருந்த கைபேசியை எடுத்து, எதையோ தேடிவிட்டு, தேடியது கிடைத்ததும் அதை என் முகத்திற்கு முன் நீட்டினான். அந்த படத்தில் ஆடையின்றி இருந்த அந்த பெண் பார்ப்பதற்கு கலைச்செல்வி போலவே இருந்தாள். நிஜமாகவே அப்படி இருந்தாளா அல்லது என் கண்களுக்கு அப்படி தெரிந்ததா என்று தெரியவில்லை. ஆனால் அப்பெண்ணின் உடலை கண்டதும் என் சிந்தையெங்கும் கலைச்செல்வியின் உருவம் பரவியது, அடிவயிற்றில் ஏதோ செய்தது. கைபேசியை என் கையில் வாங்கிக்கொண்டு நன்றாக பார்த்தேன்.

"எப்படி இருக்கா பாரு" என்று வின்சென்ட் சொன்னது என் காதில் விழாததுபோல் கைபேசி திரையை உற்றுப்பார்த்தபடி இருந்தேன்.

கைவிரல்களால் அப்பெண்ணின் படத்தை வருடினேன், சற்று நேரம் முன்பு கனவில் கலைச்செல்வியை தீண்டியதை நினைவூட்டிக் கொண்டேன். அடி வயிற்றில் எதுவோ ஒன்று பிறந்து, உருவம் எடுத்து, விரிந்து நெஞ்சை அடைப்பதைப்போல் இருந்தது. சுவாசிக்க சிரமமாக இருந்தது, ஆனால் உடலெங்கும் ஏதோ ஒரு சுக உணர்ச்சியே இருந்தது.

"சரி, நான் கிளம்பறேன். மழை விடற மாதிரியே இல்ல.. விடிய விடிய ஊத்தும் போல" என்று சொல்லிக்கொண்டே கைபேசியை வாங்கிக்கொண்டு எழுந்தான் வின்சென்ட்.

வின்சென்ட் விடைபெற்றபின்பும் அவன் காட்டிய அப்பெண்ணின் உடல் என் இதயத்தில்

அச்சடிக்கப்பட்டதைப்போல் தெளிவாக தெரிந்தது. இப்பொழுது அப்பெண்ணின் முகம் முழுதாக கலைச்செல்வியின் முகமாக மாறி பேருருவம் கொண்டு சிந்தை முழுவதையும் ஆக்கிரமித்தது. பலமாக ஒரு இடி சத்தம் கேட்டது. அடுத்த நொடி மின்சாரம் துண்டிக்கப்பட்டது. உலகமே இருண்டுபோனது. யாரோ துப்பாக்கியை கொண்டு உலகத்தை சுட்டுத்தள்ளியதுபோல், அந்த இடி சத்தத்திற்கு பிறகு என்னை சுற்றி நிசப்தமே நிலவியது. கைகளால் என் மார்பையும், வயிற்றையும் தடவிக்கொண்டேன். உலகம் இருண்டதும், மனதில் கலைச்செல்வியின் உருவம் உயிர்பெற்றது. என் ஸ்பரிசங்கள் அவளின் ஸ்பரிசங்களாக மாறி மெய்சிலிர்க்க செய்தது.

சட்டென்று மனதில் ஓர் எண்ணம் குடிகொண்டது. அவளை அருகில் நின்று பார்க்கவேண்டும் என்ற ஆசையும், அதனை தொடர்ந்து, அருகில் நின்று பார்த்தால் எப்படி இருக்கும் என்ற கற்பனையும் எனக்கு கிளுகிளுப்பூட்டியது.

ஸ்டோர் ரூமிற்குள் சென்று இன்னொரு க்ளாஸ் விஸ்கி குடித்தேன். மடித்து வைத்திருந்த ரெயின்கோட்டை விரித்து, உதறி, அணிந்துகொண்டேன். கடையை அடைத்தேன். கிழவி வீட்டிற்கு ஸ்கூட்டரில் விரைந்தேன்.

அவள் தெருவுக்குள் நுழைந்ததும், வேகத்தை சற்று குறைத்துக்கொண்டேன். மழை என்பதாலோ என்னவோ அன்று தெருவே வெறிச்சோடி காணப்பட்டது. கிழவி வீட்டிற்கு ஒரு 10 அடி தொலைவில் வண்டியை நிறுத்தினேன்.

கிழவி வீட்டின் ஜன்னல் மட்டும் தெரிந்தது. அதையே விரித்து பார்த்துக்கொண்டிருந்தேன். மழை நீர் சடசடவென ரெயின்கோட்டின் மேல விழுந்தது. அச்சத்தம் சற்று போதையை குறைப்பது போலிருந்தது. திடீரென்று என் மனது என் உருவத்தை எனக்கே படம் போட்டு காட்டியது.

ஆளில்லா தெருவில் கறுப்பு ரெயின்கோட்டுடன், தலையில் ஹெல்மெட் உடன் ஒரு ஆள் நின்று ஒரு வீட்டின் ஜன்னலையே உத்துபார்த்துக்கொண்டிருக்கும் காட்சியை என் மனது பார்த்தது. என் கைகள் நடுங்கின. காரணமே இல்லாமல் என் மனைவியின் உருவமும், என் மகனின் உருவமும், நாங்கள் சேர்ந்து எடுத்துக்கொண்ட குடும்ப புகைப்படத்தின் உருவமும் என் மனதில் வந்துபோனது. சட்டென்று போதை இறங்கியது. உடலில் புத்துணர்ச்சி கரைந்து, பதட்டத்திற்கு வழி வகுத்தது. கிளம்பிவிடலாம் என்று எண்ணி ஸ்கூட்டரில் உக்கார்ந்ததும் ஜன்னலில் ஒரு சிறு அசைவு தெரிந்தது. வண்டியை ஸ்டார்ட் செய்தபடி ஜன்னல் இருக்கும் திசையில் திரும்பிப்பார்த்தேன். ஆம், கலைச்செல்வி தான். அவளே தான். பெட்டிகோட் மட்டும் அணிந்துகொண்டு ஜன்னல் வழியாக வெளியே பார்த்துக்கொண்டிருந்தாள். தெருவிளக்கின் வெளிச்சத்தில் அவள் தேகம் ஜொலித்தது. வின்சென்ட் கைபேசியில் காட்டிய பெண்ணின் உருவம் முற்றிலும் மறைந்துபோனது. மனதெங்கும் கலைச்செல்வியின் தேகமே தெரிந்தது. மழையை விரித்துப்பார்த்துக்கொண்டிருந்த அவள், திடிரென்று என்னை பார்த்தாள். மூச்சு நின்று போனது.

"பாத்துட்டா... பாத்துட்டா" என்று புலம்பினேன். கிழவியை கூப்பிட போகிறாள் என்று அஞ்சினேன். ஆனால் அவள் என்னையே பார்த்துக்கொண்டிருந்தாள். அவள் கண்கள், யாரோ தெரிந்தவரை பார்ப்பதுபோல, எவ்வித அச்சமின்றி, மிகைப்படுத்தப்பட்ட ஆர்வமின்றி, பழகின ஒருவனை பார்ப்பதுபோல் பார்த்துக்கொண்டிருந்தாள். அடையாளம் கண்டுவிட்டாலோ என்று எண்ணி ஸ்கூட்டர் கண்ணாடியில் என் முகத்தை பார்த்தேன். நான் அணிந்திருந்த ஹெல்மெட் என் முகத்தை முழுதாக மறைத்து இருந்தது. நான் அணிந்திருந்த ரெயின்கோட் என் ஆடைகளை மறைத்தது. என்னை அடையாளம் காண வாய்ப்பே இல்லை என்று தோன்றியதும், தைரியமாக நானும் அவளையே நோக்கிக்கொண்டிருந்தேன்.

கலைச்செல்வி லேசாக சிரித்தது போல் இருந்தது. என் உடலெங்கும் பரவசம் பெருக்கெடுத்து ஓடியது. கிழவி அவளை கூப்பிடும் சத்தம் கேட்டது. "வரேன்" என்று சொல்லிவிட்டு மறுபடியும் நான் இருக்கும்திசையில் பார்த்தாள். மறுபடியும் சிரித்தாள். திரும்பி நின்று நடக்க துவங்கினாள். நடக்கும்பொழுது பின்னாடி, அழகாக, அருவிபோல் இருந்த அவளின் கூந்தல் அங்கும் இங்குமாக அசைவதை கண்டேன். அவள் முதுகை பெட்டிக்கோட் அரைகுறையாக மறைந்திருந்தாலும், அவளின் நீளமான, அடர்ந்த கூந்தல் முழுதாக மறைத்தது. நடந்துகொண்டே இருந்த கலைச்செல்வி, திடிரென்று தன் கைகளால் அவள் கூந்தலை அல்லி, பிடித்து முன்னாடி இழுத்துக்கொண்டாள். அவள் பின்னழகை என்னிடம் காட்டவேண்டும் என்ற நோக்கத்துடன் செய்ததுபோலவே இருந்தது. பதுங்கி கிடந்த, உறங்கிக்கொண்டிருந்த என் ஆண்மைக்கு உயிர் வந்தது. என்றும் உணராத, சிறு வயதில் கூட உணர்ந்திருப்பேனா என்று சந்தேகம் வரும் அளவிற்கு உடலில் பலமும், ஆண்மை உணர்ச்சியும், காமமும் வெள்ளமாக மாறி நரம்பெல்லாம் ஓடியது. அவள் வந்து போன ஜன்னலை நோக்கியபடியே நின்றுகொண்டிருந்தேன். ஒரு கார் ஹார்ன் அடித்துக்கொண்டே என்னை தாண்டி சென்றதும், சட்டென்று என் மனது இயல்புநிலைக்கு திரும்பியது. அங்கே இருந்துகிளம்பி விட வேண்டும் என்று தோன்றியது, அந்த உணர்ச்சியை தக்கவைத்துக்கொள்ள வேண்டும் என்று இருந்தது.

அடுத்த பத்து நிமிடத்தில் வீட்டில் இருந்தேன். நான் குடித்திருக்கிறேன் என்பது தெரிந்துவிட்டதோ என்னமோ மனைவியும் பெரிதாக ஏதும் பேசவில்லை, மகனும் பேசவில்லை. நானும், எங்கே பேசிவிட்டால், இவர்களுடன் உரையாடிவிட்டால் இந்த உணர்ச்சி கரைந்துவிடுமோ என்ற அச்சத்தில் அமேதியாக சென்று படுத்துக்கொண்டேன். அந்த இரவு நான் தூங்கப்போவதில்லை என்று படுத்ததுமே தோன்றியது. நான் படுத்து ஒரு மணி நேரம் கழித்து மனைவியும் அவள் வேலைகளை முடித்துவிட்டு

அருகில் வந்து படுத்தாள். அடுத்த அரைமணி நேரத்தில் மகன் எல்லா விளக்குகளையும் அணைத்து அவன் அறைக்கு சென்று கதவை சாத்திக்கொண்டான். இருளில், கலைச்செல்வியின் உருவம் நன்கு பிரகாசமாக தெரிந்தது. அவள் உடலெங்கும் தழுவுவதுபோல், அவளை முழுதாக அனுபவிப்பதைப்போல், சுகத்தில் மூழ்கி என்னிடம் அடிமையாகி, சோர்ந்து அவள் கிடப்பதுபோல் கற்பனை செய்துகொண்டேன். உணர்ச்சி பெருக்கெடுத்தது. அடைபட்டு, வீங்கிப்போய், வெடிப்பதைப்போல் இருக்கும் உணர்ச்சியை கொட்டி விட வேண்டும் என்ற எண்ணம் வந்தது. லேசாக அசைந்து என் உடலை மனைவியின் உடலோடு உரசினேன். கண்களை மூடிக்கொண்டு மனைவியை கலைச்செல்வியாக நினைத்துக்கொண்டேன். என் உரசலுக்கு அவள் பெரிதாக ஏதும் பதிலளிக்கவில்லை. ஒரு விரலை வைத்து அவள் முதுகை லேசாக வருடிக்கொண்டே கலைச்செல்வியின் முதுகை நினைத்துக்கொண்டேன். உணர்ச்சியின் உச்சத்திற்கு சென்றேன். பொறுத்துக்கொள்ள முடியாத அளவு ஆசை வந்தது. மனைவி பக்கம் திரும்பி, வேகமாக அவள் சேலையை இழுத்தேன். அந்த செயலை நான் ஒரு பத்து வருடத்திற்கு முன் செய்திருந்தால், அதே ஆசையுடன் என் பக்கம் திரும்பி என் மீது பாய்ந்திருப்பாள் அவள். ஆனால் அன்று நான் அப்படி இழுத்ததும், பதறிப்போய் எழுந்து விளக்குகளை எரிய செய்தாள். நான் தூங்கவதைபோல் கண்களை மூடிக்கொண்டே என்ன நடந்தது என்பதை புரிந்துகொள்ள முயன்றேன். வேகமாக என் அருகில் வந்து என்நெஞ்சில் கை வைத்தபடி, "ஏதாச்சு செய்யுதாங்க?" என்று அக்கறையுடன் கேட்டாள். அந்த அக்கறை, அந்த பரிதாபம், அவள் பார்வையில் நான் ஒரு ஒடுங்கிய கிழவன் என்ற அறிதல் என்னுள் பெருக்கெடுத்து துடித்துக்கொண்டிருந்த உணர்ச்சியை கொன்று புதைத்தது. நான் கண்களை திறக்கவே இல்லை. ஆனால் கோவம் என்னுள் கொப்பளித்துக்கொண்டிருந்தது. தூக்கத்தில் உச்சுக்கொட்டுவதை போல் உச்சுகொட்டினேன். அவள்

என் கை மேல் கை வைத்து, "தண்ணி வேணுமாங்க?" என்று கேட்டாள். கண்களை திறக்காமலே அவள் கையை பிடித்து, அவள் விரலை வளைத்தேன். "ஸ்ஸ்" என்று வலியில் முனங்கினாள். ஆனால் நான் தூக்கத்தில் தான் செய்கிறேன் என்று அவள் நினைத்துக்கொள்வாள் என்று எனக்கு தெரியும். அவள் வலியில் கத்தாமல், என்னை எழுப்பக்கூடாது என்ற உணர்ச்சியில் "ஸ்ஸ்" ஓடு நிறுத்திக்கொண்டதே அதற்கு சான்று. அவள் எழுந்து சென்றிருக்கலாம். ஆனால் வலி எடுத்த கையை ஓரமா வைத்துக்கொண்டு, மற்றோரு கையால் என் நெற்றியை வருடி, "காலைல சரி ஆயிடும்" என்று முனங்கிவிட்டு படுத்துகொண்டாள்.

விளக்கை அனைத்ததும், ஏனோ அழ ஆரம்பித்துவிட்டேன்.

***

அழுது முடித்து எப்பொழுது தூங்கினேன் என்ற நினைவு இல்லையென்றாலும் நன்றாகவே தூங்கியுள்ளேன் என்பதற்கு சான்றாக இன்று காலை உடல் சற்று லேசாகவே இருந்தது. முதல் நாள் காலை இருந்த சோர்வும் சலிப்பும் அப்பொழுது என் உடலில் இல்லை. ஆனாலும் என் மனதில், நான் சோர்வடைந்தாலும், நடக்கின்றபொழுது வலியை உணர்ந்தாலும் அதை ஏற்றுக்கொள்ளவும், தாங்கிக்கொள்ளவும் வலிமை இருப்பதை உணர்ந்தேன்.

மனதின் அந்த திடீர் முதிர்ச்சிக்கு காரணம் அப்பொழுது எனக்கு புரியவில்லை. முந்தைய இரவு என் மனைவியிடம் வெளிக்காட்டிய வன்முறை, அந்த நாள் முழுவதும் என்னை வாட்டியெடுத்த, வெல்லவேண்டும் என்ற முனைப்புடன் போராடி தோல்வியடைந்து என்னுள் தேங்கி இருந்த உணர்ச்சிகளின் வெளிப்பாடு, இயலாமை கடலின் சீற்றம். ஆனால் அதை பொருட்டாகவே மதிக்காமல் என்னிடம் அன்பு செலுத்திய அவளின் கருணையும் காதலும், என்னை பாவத்தில் இருந்து விடுவிக்கப்பட்டவனின், மன்னிக்கப்பட்டவனின் பரவசத்தை உணரச்செய்தது. குற்ற உணர்ச்சியின் வெப்பத்தில் பொசுங்கிக்கொண்டிருந்த என் மனதிற்கு அவளின் தூய்மையின் ஸ்பரிசம் மருந்தாக அமைந்தது. அதற்காக தான் அழுதிருப்பேன் என்று இன்று தோன்றுகிறது. மனைவியை, அவளின் கருணையை இன்று, இப்பொழுது நினைத்துப்பார்க்கும்பொழுது கண்கள் கண்ணீரால் நிரம்புகிறது. நான் இப்பொழுது செய்த இந்த குரூர காரியத்தால் எவ்வளவு அன்பான மனைவியையும், அவளால் உருவான குடும்பத்தையும் இழக்க போகிறேன் என்ற அறிதல் என்னை கொல்லாமல் கொல்கிறது. நான் இந்த கொடுமையான, இரக்கமற்ற செயலை செய்ததும், நான் அன்று வரை வாழ்ந்த வாழ்க்கை முழுவதும் ஓடும் நதியின் மேல் பயணம் செய்யும் இலையின் வேகத்துடன் தெளிவற்று என் சிந்தையில் ஓடினாலும், இப்பொழுது

என் மனதில் இந்த கடைசி இரு நாட்கள் மட்டும் மிக தெளிவாக, முற்றிலும் வேறொரு கோணத்தில் இருந்து, எவ்வித குறுக்கீடும் இல்லாமல், என் சுய பிரக்ஞையின் தலையீடில்லாமல், ஒரு நீதிபதியின் சபலமற்ற நேர்மையுடன் என் மனது காண்பித்தது.

இன்று யோசித்து பார்த்தால், நான் இங்கு, இப்பொழுது செய்த காரியம் நேற்றே முடிவானதுபோல், அல்லது இது நிகழவேண்டும் என்று எப்பவோ தீர்மானிக்கப்பட்டு அதற்கேற்ப நிகழ்வுகள் நிகழ்ந்ததை போல் உள்ளது. நேற்று காலை குளிர்ந்ததும், என் விரல்கள் குத்தியதும், நான் சோர்வடைந்ததும், அதை என் மனது மிகைப்படுத்திக்காட்டியதும், எழ முடியாமல் எழுந்ததும், அசைய முடியாமல் அசைந்ததும், நடக்க முடியாமல் நடந்ததும், கழிப்பறையில் விழுந்ததும், என் மகன் தூக்கியதும், அதனால் நான் அவமானப்பட்டதும், கடைக்கு சென்றதும் கிழவி வந்து கலைச்செல்வியை பற்றி சொன்னதும், என்னுள் சில எண்ண விதைகளை விதைத்த வின்செண்ட்டும் முனுசாமி நாடாரின் பேச்சும் செயல்களும், கலைச்செல்வியின் வருகையும், அவளின் நக்கல் சிரிப்பும், அந்த சிரிப்பு என்னுள் செய்த மாயைகளும், அன்று மாலை பெய்த மழையும், அந்த நிர்வாண பெண்ணின் புகைப்படம் பற்றவைத்த தீயும், அந்த தீயில் எண்ணையை போல் நான் ஊற்றிய சாராயமும், போதை இழுத்த திசையில் சென்றதும், அன்று இரவு மனைவியை காயப்படுத்தியதும், அழுததும், அடுத்த நாள் புத்துணர்ச்சியுடன் எழுந்ததும், கடைக்கு செல்லும் வழியில் கருப்பையா தேவரை சந்தித்ததும், அவரின் மரணமும்..

அந்த சந்திப்பு.. அந்த விபத்து.. அதை தவிர்த்திருந்தால் கூட எல்லாம் மாறியிருக்குமோ? ஆம், மாறியிருக்கும்.. ஆனால் இப்பொழுது எதையும் மாற்றமுடியாது..

கருப்பையா தேவர்.. எங்கிருந்து வந்தான்? அத்தனை வருடம் சிறையில் இருந்த அவன் எதற்காக அன்று

பார்த்து விடுதலை ஆகி வரவேண்டும்..? எதற்காக என் தெரு வழியாக பைக்கில் செல்ல வேண்டும்? எதற்காக என் கண்ணில் படவேண்டும்? எவ்வித முயற்சியுமில்லாமல், சுலபமாக மாற்றக்கூடிய, தவிர்த்திருக்கக்கூடிய நிகழ்வுகள்.. உடல் வலி, கலைச்செல்வியின் சிரிப்பு, மழை, தேவருடன் சந்திப்பு.. தள்ளி இருந்து கவனித்தால் அவை அவ்வளவு பெரிய நிகழ்வை நிகழ்த்த கூடிய பலம் உள்ள விஷயம் போல் தெரியவில்லை.. ஆனால் இன்று நடந்த இந்த குரூர சம்பவம் அந்த அர்த்தமற்ற, அற்பமான சின்ன சின்ன நிகழ்வுகளின் விளைவு என்று நினைக்கும்பொழுது வாழ்க்கையின் முன், விதியின் முன் நான் எவ்வளவு பலவீனமானவன் என்று புரிகிறது. எவ்வளவு பெரிய திறமைசாலியும் விதியின் முன் சிறு பூச்சியே..

இன்று காலை என் மனது அனுபவித்த முதிர்ச்சிக்கு என் மனைவியின் அன்பே காரணம் என்று இப்பொழுது எனக்கு தோன்றினாலும், காலை இந்த எண்ணம் துளிகூட என்னுள் எழவில்லை. நான் அதை முந்தைய நாள் அருந்திய சாராயத்தின் விளைவாகவே பார்த்தேன்.

ஆனால் இன்று காலை விழித்ததும் என் சிந்தையில் முந்தைய நாளின் நினைவுகள் சற்று மங்கலாகவே இருந்தது. ஏதோ கெட்ட கனவு போல் இருந்தது. எழுந்து கிளம்ப துவங்கினேன். உடலில் சற்று சோர்வு இருந்தது. ஆனால் நான் ஏற்கனவே குறிப்பிட்டதுபோல், அப்பொழுது என் மனது அதை ஏற்றுக்கொள்ளும் நிலையை அடைந்திருந்தது. பெரிதாக அலட்டிக்கொள்ளாமல் குளித்து கிளம்பினேன். மனைவி வைத்திருந்த இரண்டு தோசையை தின்றுவிட்டு கடைக்கு கிளம்பினேன்.

இன்று எல்லாமே இயல்பாக இருந்ததைப்போல் உணர்ந்தேன். முதல் நாள் என் சிரத்தின் மீது அமர்ந்து என்னை முழுவதுமாக ஆக்கிரமித்த அந்த கொடிய பேயின் கனத்தை இன்று நான் உணரவில்லை. மனதில் இருந்த உச்ச வலி கொடுக்கும் சிரங்கு ஒன்று முற்றிலுமாக

குணமானதைப்போல் இருந்தது. அந்த உணர்வு என் உதட்டில் ஓர் நிரந்தரமான புன்முறுவலை அச்சடித்தது. அன்றைய பொழுதும், அந்த நாளிலும் எதிர்மறையான, மனதை காயப்படுத்தும், பாரமாக்கும் எந்த நிகழ்வும் நிகழ வாய்ப்பே இல்லை என்று என் மனது மிக ஸ்திரமாக நம்பியது.

சுதந்திர பெருங்கடலில் மூழ்கி எழுந்ததுமே என் மனது அனிச்சையாக முந்தைய நாள் என்னை கைது செய்து, காமச் சிறையில் அடைத்த கலைச்செல்வியை காட்சிப்படுத்தியது. அத்தருணம், என் மனது மிக லேசாக, ஒரு குழந்தையின் காது மடலின் மென்மையோடு இருந்ததால், காமம் எனும் மிக பாரமான ஓர் உணர்ச்சியை அதனால் ஏந்திக்கொள்ளவோ, அணைத்துக்கொள்ளவோ இயலவில்லை. காமத்தை சுமக்க மறுத்த என் மனதின் இயலாமை அதனின் பரிசுத்த தன்மையை உணர்த்தியது. சுவற்றில் இருந்த கரும்புள்ளியின் மேல் தூரிகையை வைத்து வெள்ளை பூசியதைப்போல் என் சிந்தை அக்கரும்புள்ளியின் நினைவையே சற்று நேரம் மறந்தது. அந்த மறதியின் பூரிப்பில் இருந்த என் மனதில் கலைச்செல்வியின் உருவம் தெரிந்ததும், அவள் மீது ஓர் அளவுகடந்த கருணை வந்தது. முதல் நாளின் காமத்திற்கு எதிர்மாறாக அன்று நான் உணர்ந்த கருணை, என் மனக்கண்களில் என்னை மிக உயர்ந்தவனாக காட்டியது. அந்த உயர்ந்த உணர்ச்சி, அந்த மனதின் திடீர் எழுச்சி என் உடலை மேலும் லேசாக்கியது.

அந்த லேசான உணர்வோடு, என் ஸ்கூட்டரில் பயணித்துக்கொண்டிருந்தேன். தெருவில் இருந்து மெயின் ரோட்டிற்கு வலதுபுறம் திரும்பும்பொழுது தான் கருப்பையா தேவரை சந்தித்தேன்.

கருப்பையா தேவருக்கும் எனக்கும் பெரிதாக உறவு ஏதுமில்லை. அவனின் அலட்டல்களும், நக்கல் பேச்சுகளும், அடர்ந்து முனையில் மூன்றாம்பிறையைபோல் வளைந்து இருந்த மீசையும், அதை ஒருவிதமான

கர்வத்துடன் வருடிக்கொண்டே இருக்கும் அவன் தடித்த ஆள்காட்டிவிரலும், மனித குடலை போல் அவன் கழுத்தில் சுருண்டு இருக்கும் தங்க சங்கிலியும், அவன் உடலில் இருந்து வீசும் ஜவ்வாது வாடையும் என்னை தொந்தரவு செய்யாமல் இருந்த நாட்கள் இல்லை. அவனிடம் நடந்த ஒவ்வொரு உரையாடலுக்கு பின்பும், அவனை பற்றி யாரிடமாவது புறம் பேசி, அவனை நக்கல் அடித்தால் தான் என் மனது சற்று ஆறும்.

கருப்பையா தேவர் வட்டிக்கு பணம் விட்டு சம்பாதிப்பவன். அவனிடம் இந்த பிறவியில் கையேந்தி நிற்கும் நிலை எனக்கு வராது என்று அறிந்ததுனாலயே அவனுக்கு என் மீது ஓர் விதமான வெறுப்பும், மரியாதையும். கடந்த ஐந்து ஆண்டுகளாக தேவரின் புல்லட் வண்டியின் சத்தம் என் தெரு அருகில் ஒலிக்காமல் இருந்ததற்கும், என் மனதில் அவனை பற்றியே நினைப்பே வராமல் இருந்ததற்கும் அவன் அந்த ஐந்து ஆண்டுகள் சிறையில் இருந்ததே காரணம். அவனிடம் ஒருமுறை கடன் வாங்கிய பெருமாள் என்பவன் கடனை நேரத்தோடு கொடுத்துவிட்டான். பெருமாள் பறையர் சமூகத்தை சேர்ந்தவன். அவனிடம் வாங்கிய கடனை வைத்து ஒரு ட்ராவல்ஸ் துவங்கி, அது நன்றாகவே லாபம் பார்க்க ஆரம்பித்தது. பெருமாளும் என்னைப்போலவே அவனிடம் கையேந்தும் நிலையை கடந்துவிட்டதால், தன்னிடம் கையேந்தும் நிலை வராது என்று தெரிந்ததனால், நீலகண்ட பிள்ளை ஆன என் மீது வெறுப்புடன் சேர்த்து மரியாதையும் இருந்தாலும், பெருமாளின் மீது தேவருக்கு வெறுப்பு மட்டுமே இருந்தது. தன்னிடம் கையேந்தி பெருமாள் நின்று கடன் கேட்கும்பொழுது தேவருக்கு அவன் மீது ஒருவித அன்பு இருந்தது, அதே பெருமாள் கொஞ்ச காலத்தில் ஓர் முதலாளியாக ஆனதும் தேவரால் பொறுத்துக்கொள்ள முடியவில்லை.

பெருமாளிடம், அவனுக்கு கீழ், வண்டி ஓட்டிய, கருப்பையாவின் இனத்தை சேர்ந்த நபர்களுக்கு ஓர்

வைராக்யத்தில் கருப்பையாவே சொந்தமாக கார் வாங்கிக்கொடுத்து, பெருமாளிடம் இருந்து அவர்களை விடுவித்தான்.

"நான் இருக்கும்பொழுது அந்த பயகிட்ட கைகட்டி நிக்கணும்னு உனக்கு தலையெழுத்தா?" என்று அவர்களிடம் கருப்பையா கூறினான்.

அவர்கள் வேலையை விட்டு போன நேரமோ என்னவோ, பெருமாள் குறுகியகாலத்தில் இன்னும் மூன்று கார்கள் வாங்கி விட்டான். அது மட்டும் இல்லாமல், பெருமாளிடம் வேலை செய்யும் அவனின் இனத்தை சேர்ந்த சில இளம் ட்ரைவர்கள் தேவரின் தெரு வழியாக செல்லும்பொழுது ஹார்ன் அடித்துக்கொண்டே செல்வதும், பாட்டை சத்தமாக வைத்துக்கொண்டே செல்வதுமாக இருந்தது. அவர்கள் இயல்பாக சென்றிருந்தாலும் தேவருக்கு அது மிகையாகவே தெரிந்திருக்கும் என்பது என் எண்ணம். இதனால் வெறியேறி போன தேவர், பெருமாளை எதிரில் சந்திக்கும்பொழுது நக்கல் பேச்சுகள் பேச ஆரம்பித்தார். பெருமாள் இயல்பாகவே அதை பொருட்படுத்தும் குணம்கொண்டவன் அல்ல, அவனுள் எங்கேயோ அவன் தொழிலில் அவன் வளர்வதே தேவருக்கு கொடுக்கும் சிறந்த பதிலடி என்று தெரிந்ததுனாலயோ என்னவோ, தனது கவனத்தை முற்றிலுமாக தொழிலின் மீது திருப்பி, அதில் மேலும் மேலும் வளர்ந்தான்.

ஒரு கட்டத்தில் தேவரின் பேச்சை கேட்டோ அல்லது அவரின் தூண்டுதலாலோ, அவர் இனத்து வாலிபர்கள் இரண்டுபேர் பெருமாளின் கார்கள் சிலதை சேதப்படுத்தி விட்டார்கள். அதே நாளில் கருப்பையாவும், குடி போதையில் பெருமாளின் குடும்பத்தை இழிவாக பேசி, கொலைமிரட்டல் விட்டான். அப்பொழுது இருந்த போலீஸ் சப்-இன்ஸ்பெக்டருக்கு கருப்பையா தேவரின் மேல் என்ன கோபமோ, உடனடியாக கைது செய்து, வழக்கை மேலும் ஸ்திரப்படுத்தி ஐந்து ஆண்டுகள் தண்டனை வாங்கிக்கொடுத்தார்.

ஐந்து ஆண்டுகள் சிறை வாழ்க்கையில் தேவர் சற்று ஒடுங்கி, அடங்கி இருந்தான். மீசை மடங்கி இருந்தது, கழுத்தில் சங்கிலி இல்லை, ஐவ்வாது வீச்சம் இல்லை. செய்த தவறை உணர்ந்தவனின் முதிர்ச்சி அவன் முகத்தில் தெரிந்தது.

"நல்ல இருக்கீங்களா பிள்ளைவாள்" என்று கூறியபடி எதிரில் வந்து நின்றான் கருப்பையா தேவர்.

"நல்லாருக்கேன் கருப்பையா.. எப்போ வந்த?" என்று விசாரித்தேன்.

"நேத்திக்கு தான். வெளிய வந்து பொண்டாட்டி பிள்ளையை பாத்தப்புறம் தான் உசுரு வருது.. "என்று தன்னிடமே சொல்லிக்கொள்வதைப்போல் சொன்னான்.

"நல்லது நல்லது.. குடும்பம் எல்லாம் நல்லா இருக்காங்களா?"

"ஆமா.. வெளிய வந்ததுல அவங்களுக்கு நிம்மதி தான்.. அப்போ கூட இருந்த பசங்க தான் ஏதாச்சு பண்ணனும் அது இதுன்னு கத்தினாங்க.. அவங்கள தண்ணி ஊத்தி அடக்கறதுக்குள்ள போதும் போதும்னு ஆயிடுச்சு.. விடல பசங்க.. அதான் ரத்தம் கொதிக்குது... ஒரு தடவ உள்ள போயிட்டு வந்தா தெரியும்.. இல்ல உங்க வயசு வந்தா தெரியும்.. புருஞ்சுப்பாங்க" என்று சொன்னான். அவன் சொன்ன வார்த்தைகள் ஒரு நொடி என்னை பாரமாக்கியது. சற்றுமுன் ஒடுங்கி, அடங்கி தெரிந்த கருப்பையா இப்பொழுது என் கண்களுக்கு எவ்வளவு தான் ஒடுங்கியிருந்தாலும், உடலில் வலு உள்ளவனாகவே தோன்றினான். அந்த ஒரு நொடி அவன் கண்களுக்கு நான் என்னவாக தெரிகிறேன் என்பதை என் மனது கற்பனை செய்துபார்த்தது. அவன் கண்களுக்கு, என் சிந்தையில் என்னை பற்றி நான் வைத்திருக்கும் கற்பனை உருவத்திற்கு நேர்மாறாக தெரிந்தால் தான் அவன் என் வயதை குறிப்பிட்டு எடுத்துக்காட்டினான்? அந்த கற்பனை என்னை லேசாக காயப்படுத்தியது.

"அப்படி என்ன பா வயசு ஆயிடுச்சு எனக்கு" என்று சொல்லி, சிரித்தேன்.

"சரி தான் சரி தான்.. என் தம்பி வயசு தான் உங்களுக்கு.. போதுமா?" என்று நக்கலடித்தான். அவன் என்னை கிண்டல் செய்ததும், அவன் மீது ஜவ்வாது வாடை அடிப்பதுபோலவே இருந்தது. அது என் கற்பனையாகவே இருந்தாலும், எனக்கு எரிச்சலூட்டியது.

"சரி, வேலை கிடக்குது.. நான் கிளம்பறேன்" என்று சொல்லி அவனிடம் இருந்து என்னை விடுவித்துக் கொள்ள முயன்றேன்.

"அட இருங்க பிள்ளைவாள்.. என்ன கெட்டுப் போச்சு இப்போ.. 5 வருஷம் கழிச்சு பாக்கறேன்.." என்று சொல்லி நான் ஸ்டார்ட் செய்த ஸ்கூட்டரை அணைத்தான். சுதந்திர காற்றையும், எவ்விதமான குறுக்கீடும், பயமும் இல்லாத உரையாடலுக்கும் அவன் ஏங்குகிறான் என்று எனக்கு தெரிந்தது. அவன் அதற்காக தான் ஏங்குகிறான் என்று தெரிந்ததும் அவனுக்கு அதை கொடுத்துவிடக்கூடாது என்று என்னுள் தீர்மானம் செய்துகொண்டேன்.

"உங்க வீட்ல எல்லாரும் செளக்கியமா? தொழில் எப்படி போகுது?" என்று அக்கறையுடன் விசாரித்தான்.

"ம்ம் ம்ம்" என்று பதிலளித்தேன்.

"5 வருஷத்துல எல்லாமே மாறிடுச்சுல?" என்று சொல்லியபடி தன்னையும், தெருவையும் அதில் புதிதாக முளைத்த கடைகளையும் பார்த்து கூறினான். கடைசியாக என்னை பார்த்து, "ஆனா நீங்க அப்படியே தான் இருக்கீங்க பெரியவரே" என்றான். என் மனதில், என்னிடம் அவன் உடல்ரீதியாக மாற்றம் ஏதும் காணாததற்கு சந்தோஷ படுவதா, இல்லை என்னை பெரியவரே என்றழைத்ததற்கு வருத்தப்படுவதா என்ற குழப்பம் ஏற்பட்டது. பதில் ஏதும் கூறாமல் சிரித்தேன்.

"ஆனாலும் முகத்துல ஏதோ சோர்ந்து இருக்கற மாதிரி தெரியுது பெரியவரே.. சுகர் வந்துருச்சோ? ஓ, சுகர் உண்டு ல உங்களுக்கு? மறந்துட்டேன்.. உடம்புக்கு ஏதும் இல்ல ல?" என்று அக்கறையாக விசாரித்தான். அக்கறை, கருணை, இவை இல்லாத உலகத்தில் கூட வாழ்வது எளிது என்று தோன்றியது.

"அதெல்லாம் இல்ல" என்று சொன்னேன்.

"உடம்ப பாத்துக்கோங்க பிள்ளைவாள். நல்ல வேல, ஆண்டவன் புண்ணியத்துல 5 வருஷத்துல நமக்கு இந்த பாழாப்போன சுகர் வியாதியோ இல்ல வேற வியாதியோ வரல.. வெளிய வந்தாச்சு ல? இனிமேல் நல்ல வீட்டுசாப்பாடு சாப்பிட்டு உடம்ப தேத்தவேண்டியதுதான்.. ஒரு மாசத்துல பாருங்க பழைய கருப்பையாவை பாப்பீங்க" என்று சிரித்தான். அந்த நொடி ஏனோ என் மனதில் அவன் மீது பெரும்கோபம் வந்ததை உணர்ந்தேன். அவனை சந்திப்பதற்குமுன் நான் அனுபவித்துக்கொண்டிருந்த அந்த மெல்லிய, சுகம்தரும் உணர்வு இப்பொழுது என் மனதில் இருப்பதைப்போல் தெரியவில்லை. அதற்காக அவனை காயப்படுத்தவேணும்போல இருந்தது.

"எல்லாமே நடக்கும் கருப்பையா.. பெருமாளை பாத்தியா? பய பயங்கரமா வளந்துட்டான்.. எப்படியும் குறைஞ்சது 20 கார் வாங்கிருப்பான்" என்று கூறினேன். அது அவனை கண்டிப்பாக வெறுபேத்தும் என்று நம்பினேன்.

"இருந்துட்டுப்போறான் விடுங்க பெரியவரே... உள்ளேபோனப்பறம் யோசிச்சுப்பார்த்தா என்கிட்ட கடன் வாங்கி அத உருப்படியா செலவு பண்ணது அவன் மட்டும் தான்.. மத்தவன்லாம் ஒரு கடனை வாங்கி இன்னொன்ன அடைக்கற கூட்டம்.. எவ்ளோ வளந்தாலும் அவன் தொழில்ல முதலா இறக்கின பணம் நம்ம வீட்டு பணம்னு நினைக்கறப்போவும் நல்லா தான் இருக்கு" என்று கூறியது எனக்கு அதிர்ச்சியளித்தது.

"சரி நீங்க புறப்படுங்க பெரியவரே.. நானும் கிளம்பறேன்" என்று சொல்லி விடைபெற்றுக்கொண்டான். எதற்காக என் கண்ணில் பட்டு இப்படி என்னை நிலைகுலைய செய்யவேண்டும் என்று யோசித்து பல்லை கடித்துக்கொண்டேன்.

"ஜெயில்ல செத்துப்போயிருக்க வேண்டிதான" என்று முனகிக்கொண்டே கிளம்பினேன்.

எந்த நேரத்தில் அதை சொன்னேனோ என்று தெரியவில்லை. என்னை சந்தித்த அடுத்த பத்து நிமிடத்தில் கருப்பையா தேவர் இறந்துபோனான்.

***

கருப்பையா தேவரை முழுமனதோடு சபித்திருந்தாலும் எனக்கு அச்செயல் சற்றும் ஆறுதலளிக்கவில்லை. அவனை சந்திக்கும்முன் நான் ருசித்துக் கொண்டிருந்த மன எழுச்சியின்மீது மலத்தை பூசியதுபோல் அவன் பேசிய சில வாக்கியங்கள் என்னை மேலும் மேலும் எரிச்சலடையச்செய்தது. அவனை மனதார சபித்துக்கொண்டே கடையை நோக்கி சென்றுகொண்டிருந்தேன். அந்த சாபம் எல்லாம் பலித்துவிடும் என்று அப்பொழுது நான் அறியவில்லை, அப்படியே அறிந்திருந்தாலும் அந்த நொடியில் கண்டிப்பாக அவன் சாகமாட்டானா என்றே எண்ணிக்கொண்டிருந்தேன். என்னிடம் பேசிவிட்டு சென்ற கருப்பையா, அடுத்த பத்தாவது நிமிடத்தில், ஓர் கார் மோதி விபத்துக்குள்ளாகி இறந்து போனான். ஒரு வேலை நான் அவனிடம் நின்று பேசாமல் போயிருந்தால் மரணத்தின் சூழ்ச்சியில் இருந்து தப்பியிருப்பானோ என்னவோ? அவன் இறந்த செய்தி என்னிடம் ஒரு மணி நேரம் முன்பு தான் வந்து சேர்ந்தது. அது வந்தடையும் நேரம் நான் அளித்த சாபம் பலித்துவிட்டதோ என்று எண்ணுவதற்கோ, இல்லை அவன் மரணத்தை நினைத்து வருந்துவதற்கோ, சந்தோசப்படுவதற்கோ என் மனதில் இடம் இல்லை. முற்றிலும் வேறொரு உலகத்தில் பிரயாணித்துக்கொண்டிருந்தேன். அப்பொழுது சற்று யோசித்திருந்தால் கூட இந்த கொடிய நிகழ்வை தவிர்த்திருக்கலாம்.. நாம் எண்ணங்களை உருவாக்கவில்லை, எண்ணங்களால் தான் நாம் உருவாகிறோம் என்று இப்பொழுது புரிகிறது..

கடை அருகே சென்றதும், கடை வாசலை பார்த்ததும், அதில் சிதறி கிடந்த குப்பைகளையும் இலைகளையும் பார்த்ததும், கிழவி நினைவிற்கு வந்தால், கிழவி வந்த வேகத்தில் கரைந்தோடி கலைச்செல்வியின் நினைவிற்கு வழிவகுத்தாள். அத்தருணம் அவளின் உருவம் ஒரு விதமான படபடப்பையும், ஒரு விதமான பய உணர்ச்சியும்

என்னுள் வரச்செய்தது. சற்றுமுன்பு அவள் மீது நான் உணர்ந்த கருணையை நினைவுபடுத்திக்கொண்டேன். அந்த கருணை இப்பொழுது ஓர் எட்டாக்கனியாக இருந்தது. கடை வாசலில் வண்டியை நிறுத்தி சற்று நேரம் யோசித்துக்கொண்டே இருந்தேன். எதிரில் வந்த மற்ற கடைக்காரர்கள் வழக்கம்போல் வணக்கம் வைத்து கடந்து சென்றார்கள். அந்த மரியாதை வழக்கம்போல் என்னை பற்றி என்னையே உயர்வாக சிந்திக்க செய்தது. அத்தருணம் என்னை நானே சோதித்துக்கொள்ளவேண்டும் என்ற எண்ணம் வந்தது. வண்டியை எடுத்து கிழவியின் தெருவிற்கு சென்றேன். அவள் தெருவை நெருங்கியதும் என் மனது சற்று பதறுவதை உணர்ந்தேன். நேற்று போல் இன்று என் சிந்தை சற்று பாரமாவதை உணர்ந்தேன். கலைச்செல்வியை பார்த்துவிட்டால், அவளை பார்த்ததும் அவள் பாவம் என்று தோன்றிவிட்டால், அந்த கருணையை உணர்ந்துவிட்டால் இந்த கொடுமையில் இருந்து, பாரத்தில் இருந்து விடுபட்டுவிட்டு இன்று காலை உணர்ந்த அந்த எழுச்சி உணர்வை திரும்ப பெற்றுவிடுவேன் என்று நம்பினேன்.

கிழவியின் வீட்டு வாசலில் கலைச்செல்வி குந்தியபடி கோலம் போட்டுக்கொண்டிருந்தாள். என் கண்கள் முதலில் அவள் கலைந்த முடியை கவனித்தது, அதன் பிறகு அவள் வீட்டையும் அதில் தெரியும் வறுமையையும் கவனித்தது, அதன் பிறகு அவள் வரைந்துகொண்டிருந்த கோலத்தை, அதில் இருக்கும் நயமான வளைவுகளை பார்த்தேன், அவள் மெல்லிய விரல்களிலிருந்து பிறக்கும் அந்த வளைவுகள் என் மனதை பிசைந்தது, அந்த வளைவுகள் என்னை பாரமாக்குவதை உணர்ந்தேன். என் கண்கள் அனிச்சையாக அவள் தன் கால் முட்டிகள் வரை தூக்கி கட்டியிருந்த ஆடையை பார்த்தது, வழுவழுவென இருக்கும் அவள் கால்களும், அதில் ஆங்காங்கே நிலைகொண்டுள்ள தண்ணீர்துளிகள் என்னை மேலும் பாரமாக்கியது. அவள் பாதம் இரண்டும், ஈரமான தரையின் மீது அசைந்து அசைந்து கோலம்போடுவதினால் சேறாகி,

கறையாகி இருந்தது. அத்தருணம் என்னுள் ஒரு விதியாசமான காட்சி தோன்றியது. என் கைகளால் அந்த கறையை, அந்த அழுக்கை துடைப்பதைப்போல், அதன் பிறகு கீழேயிருந்து கைநிறைய சேற்றை அள்ளி அவள் தேகம் முழுவதும் பூசுவதைபோல், அவளும் பதிலுக்கு அவள் மெல்லிய, குளிர்ந்த கைகளால் என் மீது சேற்றை தேகம் முழுவதும் பூசிவிடுவதைபோல் தோன்றியது. அந்த மனக்காட்சி என்னுள் ஓர் விதமான வெறி உணர்ச்சியை உணர செய்தது. என் மனதால், என் உடலால் அவ்வளவு பாரமான உணர்ச்சியை தாங்கிக்கொள்ள முடியவில்லை, அடுத்த நொடியே என் மனது என்னிடம் "பெரிய தப்பு பண்ற" என்று சொல்லியதைப்போல் ஓர் விதமான பயம் என் தேகம் முழுவதும் பரவியது. அந்த இடத்தை விட்டு ஓடவேண்டும் என்று முடிவு எடுத்து வண்டியை ஸ்டார்ட் செய்ததும் கலைச்செல்வி என்னை பார்த்தாள். பயம், வெறி இரண்டு உணர்ச்சியும் அடங்கியது அந்த பார்வையில். அவள் இதழோரம் லேசான புன்னகை மலர்ந்தது. சட்டென்று திரும்பி வீட்டிற்குள் பார்த்தாள். மறுபடியும் என்னை பார்த்தபடியே எழுந்து நின்றாள். மடித்து கட்டியிருந்த ஆடையின் முடிச்சை அவிழ்த்து, உதறுவதைபோல் நன்றாக தூக்கி அசைத்தாள். அவள் இரு தொடைகளையும் பார்த்தேன், நான் பார்ப்பதை அவளும் பார்த்தாள், ஆனால் அவள் முகத்தில் அந்த சிரிப்பு அப்படியே இருந்தது. நேற்று அவள் செய்த மாயம் மீண்டும் என்னுள் நிகழ்வதை உணர்ந்தேன். என் மனதில் இளமை கடல் பெருக்கெடுத்து ஓடியது.. அவள் ஒரக்கண்ணால் என்னை பார்த்துக்கொண்டே, சிரித்துக்கொண்டே வீட்டிற்குள் சென்றாள். நான் கடைக்கு திரும்பி வந்தேன்.

அரை மணி நேரம் கழித்து கிழவி வந்தாள். இன்று கிழவியை பார்ப்பதற்கு என்னுள் நேற்று இருந்த அச்சம் இல்லை. எனக்கும் கலைச்செல்விக்கும் இடையில் உரையாடலின்றி உருவான ஒரு ரகசிய உறவு எனக்கு பலத்தையும் தைரியத்தையும் இவ்வாழ்க்கை மீதே திடிரென்று ஒரு விதமான பிடித்தத்தையும் அளித்தது.

வேலையை முடித்ததும் அவளிடம் கூலியை கொடுத்துவிட்டு ஒரு உதவி வேண்டும் என்று கேட்டேன்.

மிக பணிவுடன் "சொல்லுங்க ஐயா" என்றாள்.

"கலைச்செல்வி வீட்டுல இப்போ சும்மா தான இருக்குது.. கொஞ்சம் கடைக்கு அனுப்ப முடியுமா? கொஞ்சம் கணக்கு பாக்கணும்" என்று கேட்டேன். கிழவி சிறிது நேரம் யோசித்தாள். அவள் பதிலளிப்பதற்கு எடுத்துக்கொண்ட நேரம் நான் அவசரப்பட்டுவிட்டேனோ என்ற கேள்வியை என்னுள் எழுப்பியது.

"என்னால முன்ன மாதிரி முடியல கிழவி. கண்ணு மங்கி போவுது எழுத்த பாத்தா" என்று பணிவுடன் சொன்னேன்.

"அதுக்கென்ன ஐயா.. அவ வீல்ல சும்மா உக்காந்து நாள்பூரம் டி.வி தான் பாத்துட்டு இருக்கா.. இந்த கணக்குலாம் போட்டா அவளுக்கும் படிப்புக்கு நல்லது தான்.. அனுப்பி வைக்கிறேன் ஐயா.. எப்போ அனுப்பணும்?" என்று கேட்டாள்.

"காலைல கூட்டம் இருக்கும்.. மதியம் ரெண்டு மணிக்கு அனுப்புறியா?" என்று கேட்டேன். சரி என்று சொல்லி கிளம்பினாள். உடல் முழுவதும் குதூகலமாக இருந்தது, காதலியை முதல் முதலில் சந்திக்கும் ஓர் இளைஞனின் படபடப்பும் இருந்தது.. அந்த உணர்வுகளை இன்னும் தெளிவாக, இன்னும் பல மடங்கு அதிகமாக உணரவேண்டும்போல் இருந்தது.. வேகமாக ஸ்டோர் ரூமிற்குள் சென்று, இரண்டு க்ளாஸ் விஸ்கி குடித்தேன்..

வழக்கத்திற்கு மாறாக இன்று காலை கூட்டம் பெரிதாக வரவே இல்லை.. வந்த சிலபேர் கருப்பையா தேவர் விபத்துக்குள்ளானதை தெரியப்படுத்தினர்.. அருகில் இருந்த தனியார் மருத்துவமனைக்கு அவனை கொண்டுபோனதாக தெரிவித்தனர். அந்த தருணத்தில் அவன் இறந்துபோகுமளவு ஆபத்தில் இருக்கிறான் என்ற

எண்ணம் வரவே இல்லை. அப்படியே வந்திருந்தாலும் அந்த நொடியில் அதை பெரிதாக எடுத்திருக்கமாட்டேன். அன்று வியாபாரம் மோசமாகவே இருந்தது.. ஆனால் எனக்கு அதை எண்ணி கூட பெரிதாக கவலை இல்லை..

வாழ்க்கையில் கடைசியாக சந்தோஷம் அனுபவிக்கப்போகிறேன் என்பதை போல் இன்று காலையில் இருந்து மதியம் வரை மிக்க மகிழ்ச்சியாகவே இருந்தேன்..

ஆனால் இன்றுடன் நான் என் சந்தோஷத்தை மட்டும் அல்லாமல் என் வாழ்க்கையே இழந்துவிடுவேன் என்று எனக்கு அப்பொழுது தெரியாது.

***

மணி இரண்டை நெருங்கிக்கொண்டிருந்தது. இன்று காலை முழுவதும் வியாபாரம் பெரிதாக நடக்கவில்லை. பஜாரில் வழக்கமாக ஒலிக்கும் வாகனங்களின் ரீங்காரமும் இன்று இல்லை. இந்த திடீர் சூழல் மாற்றம் என்னை சிறிதும் அசைக்கவில்லை. காலையில் இருந்து என் மனதில் கலைச்செல்வியிடம் நகர்த்த இருக்கும் உரையாடலின் போக்கை ஒத்திகை பார்த்துக்கொண்டே இருந்தேன். அவளை எங்கு உட்காரவைக்க வேண்டும், எப்படி பேச்சை துவங்கவேண்டும், எப்படி அவளை ஈர்க்கவேண்டும் என்று பல திட்டங்கள் தீட்டி கொண்டிருதேன். திட்டங்களின் மீது போதுமானளவு நம்பிக்கை முளைத்ததும், உரையாடலிற்கு பின் நடக்க போகும் கிளுகிளுப்பூட்டும் கற்பனைகளை ரசித்தபடி பொழுதை கழித்தேன்.

1:45 அளவில் பக்கத்துக்கு கடையில் வேலைசெய்யும் சிறுவன் ஓடி, மூச்சிழைக்க வந்தான்.

"என்ன டா?" என்று சிரித்துக்கொண்டே கேட்டேன்.

"அண்ணாச்சி கடைய அடைக்க சொன்னாரு ஐயா" என்று சற்று பதட்டத்துடன் கூறினான்.

"இப்போவா? எதுக்கு" என்று புருவத்தை ஆச்சர்யத்தில் உயர்த்தியபடி கேட்டேன்.

"கருப்பையா தேவர் இறந்துட்டாராம்" என்று உணர்ச்சியற்ற தொனியில் பதிலளித்தான்.

"அய்யயோ.. விபத்துனு சொன்னாங்களே.. இறந்துட்டானா.. காலைல தான பாத்தேன்.." உடலில் நிஜமாகவே ஒரு அதிர்ச்சி பரவியது..

"அதுக்கு தான் கடைய அடைக்க சொன்னாங்க ஐயா" என்று மறுபடியும் அவன் தெரிவிக்க வந்த செய்தியை தெரியப்படுத்தினான்.

"அதுக்கு எதுக்குடா கடையடைப்பு? ஒன்னும் புரியலையே" என்று அவனிடம் சொல்லிக் கொண்டிருக்கும்பொழுதே வின்சென்ட் வந்தான்.

"நம்ம கருப்பையா போய்ட்டான் கேள்விப்படீங்களா?" என்று கூறிக்கொண்டே வந்தான்.

"ஆமா பா, அதான் சொல்லிக்கிட்டு இருக்கான் என்ன ஆச்சு?" என்று விசாரித்துக்கொண்டு சிறுவனை கிளம்ப சொல்லி செய்கை காண்பித்தேன்.

"ஆக்சிடென்ட் தான்.. கார் காரன் இடுச்சுட்டான்.. ஸ்பாட் லேயே போய்ட்டான்னு சொல்றானுங்க.. தெரியல.. கடைய அடச்சுருவீங்கனு தெரியும் அதான் சிகரெட் வாங்கி வச்சுறலாம்னு ஓடி வந்தேன்" என்று சொல்லியபடி காசை நீட்டினான்.

"அட, அதான் பா புரியல.. கடைய எதுக்கு அடிச்சுகிட்டு.." என்று சந்தேகத்துடன் கேள்வியெழுப்பி சிகரெட்டை அவன் கையில் வைத்தேன்.

"கருப்பையாவ இடிச்சது நம்ம பெருமாள் ட்ராவல்ஸ் வண்டி பா.. தேவமார் ஆளுங்க வெறியா சுத்திட்டு இருக்காங்க.. என்ன ஆகும்னு தெரியல" என்று அவன் சொன்னதும் எனக்குள் பதட்டமும் ஒரு விதமான எரிச்சல் உணர்ச்சியும் வந்தது.

"பெருமாள் செய்யல பா.. நிஜமாவே விபத்து தான்.. எனக்கு தெரியும்.. தெரிஞ்சவன் ஒருத்தன் அங்க தான் இருந்தான்.. கருப்பையா மேல தான் தப்பு போல.. பெருமாளோட டிரைவர் மேல எந்த தப்பும் இல்ல.. ஆனா சொன்னா யார் நம்புவா.. வெட்டணும்னு முடிவோட சுத்திட்டு இருக்காங்க கருப்பையாவோட கூட்டாளிங்க.. விஷயம் தெரிஞ்சு பெருமாளுக்கும் கூட்டம் கூடிருச்சு.. போலீசும் வந்திருச்சு.. ரெண்டு, மூணு ஊர் பெரியாளுங்க வந்திருக்காங்க... ஏதாச்சு பேசி முடிச்சா நல்லா இருக்கும்.. பாப்போம்" என்று சொல்லிவிட்டு விடைபெற்றான்.

அவன் பின்னாலயே சென்று கடைக்கு வெளியில் வந்தேன். பஜாரே காலியாக தென்பட்டது. அங்கு வீசிய காற்றில் ஊரில் அப்பொழுது நிலவி வரும் பதட்ட சூழலின் கணம் இருந்தது. அந்த கணம் சட்டென்று என் மனதில் தொத்திக்கொண்டது. சொல்ல தெரியாத ஓர் சோகம் நெஞ்சை பிசைந்தது. பஜாரின் முனையில் சட்டென்று நான்கு பைக்குகள் வேகமாக உறுமிக்கொண்டே சென்றது. அச்சத்தம் காலியாக இருக்கும் பஜார் முழுவதும் எதிரொலித்தது. அந்த எதிரொலிப்பும், எதிரொலிப்பிற்குப்பின் நிலவிய மயான அமைதியும் பதட்டத்தை கூட்டி என் கைகளை குளிர செய்தது. அந்த படபடப்பிற்கும், நெஞ்சில் நெழிந்த சோகத்திற்கு காரணம் கற்பிக்க முயற்சி செய்து இறுதியாக என் மனது கருப்பையாவை பற்றி யோசித்தது. காலையில் அவனுடன் நடந்த உரையாடலை பற்றி சிந்தித்துக்கொண்டேன். காலையில் அவனுக்கு விபத்து என்று கேள்விப்பட்டதை யோசித்தேன். ஏறத்தாழ என்னிடம் இருந்து விடைபெற்ற பத்தாவது நிமிடத்தில் கருப்பையா இறந்து போயிருக்கான் என்ற அறிதல் வாழ்க்கையின் கணிக்க முடியாத தன்மையை உணர்த்தியது. அந்த உணர்தல் எனக்குள் அச்சத்தை விதைத்தது. மறுபடியும் வேகமாக நான்கு பைக்குகள் உறுமிக்கொண்டே சென்றது. அதன் பின்னால் போலீஸ் வண்டியின் சைரன் சத்தம் எதிரொலித்தது. பிறகு மீண்டும் அமைதி நிலவியது. தூரத்தில் எங்கேயோ ஒப்பாரி சத்தம் கேட்பதைப்போல் உணர்ந்தேன். திசையெங்கும் சாவின் அதிர்வுகள் தென்பட்டது, அதை என் மனக்கண்கள் மிக தெளிவாக கண்டறிந்தது. மனதிற்குள் இருந்த பய உணர்ச்சி பெருவெள்ளம் ஆனது. கலைச்செல்வி பற்றி யோசித்தேன்.

"அவள் கண்டிப்பாக வர மாட்டாள்" என்று மனது திடமாக கூறியது. என்னுள் துடித்த அச்சத்தின் முன் அவளின் நினைவும், அவள் மீது இருந்த ஆசையும் பெரிதாக எடுபடவில்லை. ஏதோ ஒரு நான்கு சுவற்றிற்குள் என்னை அடைத்துக்கொள்ளவேண்டும்போல் இருந்தது. வீட்டிற்கு செல்ல வேண்டும் என்று முடிவு செய்தேன்.

கடைக்குள் நுழைந்து கடை சாவியை எடுத்ததும், அந்த நாள் துவங்கியபொழுது இருந்த, அந்த நாள் முழுவதும் என்னை குதூகல படுத்திக்கொண்டிருந்த கற்பனைகள் என் முன் வந்து சென்றது. அது எதுவும் நடக்க இயலாது, இனிமேல் நடக்குமா என்றும் தெரியாது என்று யோசிக்கும்பொழுது, கிழவி முதல் நாள் என்னிடம் கலைச்செல்விக்கு மூன்று நாட்கள் விடுமுறை என்று சொன்னது நினைவிற்கு வந்தது. அப்படியென்றால் நாளை கிளம்பிவிடுவாள் என்று தோன்றியது. அவளை அடைய வாய்ப்பிருந்தும் அடைய தவறிவிட்டேன் என்று எண்ணினேன். நியாயமே இல்லாமல் இச்சூழலையும், அதற்கு காரணமான கருப்பையாவின் முட்டாள் கூட்டாளிகளையும் சபித்தேன்.

அவ்வளவு நேரமாக ஒரு சுகத்தை எதிர்பார்த்தே இருந்த என் மனது பெரிதளவில் ஏமாற்றம் அடைந்தது. அதற்கு ஏதோ ஒன்றை கொடுத்து அணைக்கும் முனைப்பில், ஸ்டோர் ரூம் சென்று இரண்டு க்ளாஸ் விஸ்கி அருந்தினேன். மது உள்ளே சென்றதும், அந்த ஏமாற்ற உணர்வு விரிந்து, பெரிதானது. சோகத்தில் கூட இரண்டு ரவுண்டு குடித்தேன்.

குடித்துவிட்டு ஸ்டோர் ரூமை விட்டு வெளியே வந்தேன். கடை சாவி மற்றும் ஸ்கூட்டர் சாவியை எடுத்துக்கொண்டு வாசலை நோக்கி திரும்பினேன்.

கடை வாசலில் கலைச்செல்வி நின்றுகொண்டிருந்தாள்.

***

இளஞ்சிவப்பு நிற மேல் சட்டையும், கருப்பு ஸ்கர்ட்டும் அணிந்திருந்த கலைச்செல்வியை பார்த்ததும், ஒரு வினாடி உடலெங்கும் நெளிந்து பரவி கொண்டிருந்த போதை உணர்ச்சி மறைந்தது. போதையில் சற்று சுருங்கி, மங்கி இருந்த என் கண்கள் தெளிவுபெற்றது. இரையின் மீது பாய்வதற்கு தயாராக இருக்கும் ஓநாயை போல் என் உடலே கூர்மையானதை உணர்ந்தேன். என் மூச்சு வலு பெற்று, மூக்கின் கீழ் இருக்கும் மீசை மயிர்களை விசிறியது. அடுத்த வினாடி போதை, இருந்ததை விட இரண்டு மடங்கு அதிகமாக தலைக்கேறியது. என் கண்கள் அவள் கழுத்தையும், அதன் இருபுறம் புடைத்துக்கொண்டிருந்த தோள்பட்டை எலும்பையும் பார்த்தபடி இருந்தது. தலை சற்று நிலைகுலைந்து இருந்தாலும், உடல் அதே கூர்மையுடனும், தீவிரத்துடனும், ஒர் வேட்டையாடுபவனின் தோரணையை ஏற்று இருந்தது.

என்னை கண்டதும், கலைச்செல்வி லேசாக சிரித்தாள். இரு கைகளையும் மார்பின் கீழ் கட்டிக்கொண்டாள். அது அவள் முலைகளை மேலும் சற்று தூக்கிக் காட்டியது.

"உள்ள வா" பெருமூச்சுடன் அழைத்தேன். செருப்பை வாசலில் கழட்டி விட்டு கடையினுள் நடக்க துவங்கினாள்.

"செருப்பு போட்டுக்கோ. பரவாயில்ல" என்று சொன்னதும், சிரித்தபடி செருப்பை அணிந்துகொண்டே உள்ளே வந்தாள். அவள் உள்ளே வந்ததும் நான் ஏற்கனவே செய்த ஒத்திகைகள் அனைத்தும் மறந்துபோனது.

"உக்காரு" என்று நாற்காலியை காட்டினேன். நான் வழக்கமா உக்காந்திருக்கும் நாற்காலியில் அமர்ந்துக் கொண்டாள். பெருமூச்சு விட்டபடி, கடையை சுற்றி பார்த்தாள். நான் அவளையே பார்த்துக்கொண்டிருந்தேன். என் மனதில் பஜார் முழுவதும் காலியாக இருப்பதும்,

அதன் சான்றாக இருக்கும் அமைதியும், நான்கு சுவற்றிற்குள் ஒரு இளம் பெண்ணுடன் இவ்வளவு அருகில் இருப்பதும், அவள் நேற்றும், இன்று காலையும், இப்பொழுதும் சிரிக்கும் சிரிப்பும், அதில் இருக்கும் ரகசிய நெருக்க உணர்வும் என்னை படபடக்க செய்தாலும், ஒரு விதமான, பாதுகாக்கப்பட்ட தோட்டத்தில் பழம் திருட செல்லும் சிறுவனின் உற்சாக உணர்ச்சி உடலெங்கும் பரவி இருந்தது. தலையில் நிலைகொண்டுள்ள போதை இந்த உற்சாகத்தை, தனிமையின் பாதுகாப்பில் பாவத்தின் அருகில் அதை ருசித்துப்பார்க்கும் தூரத்தில் இருக்கும்பொழுது மனிதன் அடையும் பரவசத்தை மிகைப்படுத்தியது.

"என்ன பண்ணனும்?" என்ற வார்த்தைகள் அவள் வறண்டுபோன இதழ்கள் வழியாக குதித்து இறங்கியது. அவள் குரலில் ஓர் மிருகத்தின் கூடாரத்தில் இருக்கிறோம் என்ற அறிதலால் வரும் பணிவும், அதை உச்சரிக்கும்பொழுது அவள் உதட்டில் இருந்த சிரிப்பு அந்த மிருகம் அவளிடம், அவளால் வசியப்பட்டு நிற்கிறது என்ற அறிதலால் அவள் உணர்ந்த கர்வத்தை காட்டியது. நீண்ட நேரம் பதிலளிக்காமல் இருக்கும் அளவிற்கு கஷ்டமான கேள்வியை அவள் கேட்கவில்லை என்று யோசித்ததை போல் அமைதியாகவே நிற்கும் என்னை பார்த்து புருவத்தை உயர்த்தி இறக்கினாள். என் வாய் பிளந்து இருந்ததையும், என் நாக்கு சற்று வெளியே தொங்கிக் கொண்டிருந்ததை அப்பொழுது தான் உணர்ந்தேன். சட்டென்று வாயை மூடி உதட்டை நக்கிக் கொண்டேன். அவளும் அவளின் நாக்கால் அவள் இதழ்களை வருடி, உதட்டின் வரிப்பள்ளங்களில் எச்சிலை நிரப்பினாள். மெல்ல நடந்து அவள் அருகில் சென்றேன். மேஜை மீது அடுக்கிவைத்திருந்த கணக்கு புத்தகங்களை அவளிடம் காண்பித்து, "வரவு செலவு குறிச்சு வச்சுருக்கேன். கணக்கு பார்க்கணும்" என்று சொன்னேன்.

"சரி" என்று கூறிக்கொண்டு நாற்காலியை சற்று இழுத்து மேஜைக்கு அருகில் உக்கார்ந்துகொண்டாள். அவள் இரு முலைகளும் மேஜையின் மீது அமர்ந்தது. என் கைகளை அவள் தோள்பட்டை மீது வைத்து அவள் சட்டைக்குள் நுழைக்க வேண்டும் போல் இருந்தது. அப்பொழுது மறுபடியும் போலீஸ் வண்டி ஒன்று சைரனை அலறவிட்டுக்கொண்டு சென்றது. சட்டென்று என் சிந்தையில் ஊரில் நிலவும் நிலையை பற்றின நினைவு வந்தது.

"எப்படி வந்த? ஊரெல்லாம் கலவரம் மாதிரி இருக்கே?" என்று ஆர்வத்துடன் கேட்டேன்.

"அப்படியா?" என்று எதுவும் தெரியாததைப்போல் கேட்டாள்.

"ஆமா.. கடைய கூட அடைக்க சொன்னாங்க" என்று சொல்லிக்கொண்டே வெளியில் பார்த்தேன். அப்பொழுது எனக்கு ஒரு எண்ணம் தோன்றியது.

"அப்படியா? அப்போ நான் வேணும்னா கிளம்பட்டா?" என்று கேட்டாள். அவள் திசையில் திரும்பினேன். வலது உள்ளங்கையால் புறங்கழுத்தை பிடித்துக்கொண்டு, சிரித்தபடி கேட்டாள்.

"உனக்காக தான் காத்திருந்தேன்" என்று ஒரு விதமான ஏக்கத்துடன் சொன்னேன்.

"சரி, முடிச்சு கொடுத்துட்டே போறேன்" என்று சொன்னாள்.

"கடை ஷட்டர் மூடிரட்டா? வெளில இருந்து பாக்கறவங்களுக்கு கடை அடைச்ச மாதிரி இருக்கும்" என்று என் எண்ணத்தை வெளிப்படுத்தினேன். என்ன சொல்ல போகிறாள் என்ற ஆர்வத்துடன் அவள் முகத்தை பார்த்தபடியே நின்றேன்.

"ம்ம்" என்று சொன்னாள்.

வேகமாக சென்று ஷட்டரை அடைத்தேன். ஷட்டரை அடைத்ததும் கடைக்குள் பேரமைதி பரவியது. அவள் திசையில் திரும்பியதும், அவளுக்கு சற்று வியர்த்திருந்தது. ஆனால் உதட்டில் சிரிப்பு அப்படியே இருந்தது. அவள் வியர்வையும், அவள் பார்வையும் அவள் அவளுள் உணரும் பதட்டத்தை வெளிக்காட்டினாலும், அவள் உதட்டில் இருந்த சிரிப்பு என்னை ஊக்கப்படுத்தியது. எனக்குள் இருக்கும் ஆசை தான் அவளுக்குள்ளும் இருக்கிறது என்று என்னை நம்ப வைத்தது.

***

சுவாசம் என்னுள் சென்று வெளியேற முடியாதளவு என் நெஞ்சு பாரமாக இருந்தது. சற்று முன்பு வரை உற்சாகத்தை அளித்த அமைதி, இப்பொழுது என் நெஞ்சை மேலும் பிழிந்தது. தலையை தொங்கப்போட்டு என்னை நானே பார்த்துக்கொண்டேன். என் சட்டையின் பித்தான்கள் கழண்டு இருந்தது. அரை நிர்வாண நிலையில் இருந்தேன். இரண்டடி தூரத்தில் வேஷ்டி சுருண்டு கிடந்தது.

ஆயிரம் பாவங்கள் செய்திருந்தாலும் அதை மறைத்து வாழும் சூட்சமும், நாகரீகமும் தெரிந்த குடும்பத்தில் நான் மட்டும் எப்படி விதிவிலக்காக பிறந்தேன்? எவன் தான் இங்கு யோக்கியன்? சூட்சமம் தெரிந்து, சூழ்ச்சி தெரிந்து தன் அயோக்கியத்தனத்தை மறைக்க தெரிந்தவன் யோக்கியன் ஆகிறான்.. அயோக்கியத்தனம் மனிதனின் இயல்பு.. இயற்கை.. அதை மறைப்பது தான் நாகரீகம்.. அயோக்கியத்தனம் மனிதனின் நிர்வாணம் என்றால், நாகரீகம் அதன் மீது அணியும் ஆடை. நான் விதிவிலக்கு, நாகரீகம் தெரியாதவன், தோற்றுபோனவன் என்பதற்கு சான்று என்னுடைய இப்பொழுதைய நிர்வாண நிலை.. மறைத்து வாழ தெரிந்து, எவ்வளவு அயோக்கியத்தனம் செய்தாலும் அதை பிறர் கண்களுக்கு தெரியாமல், கௌரவத்துடன் வாழ்ந்த என் குடும்பத்தின் மரபு இன்றுடன் அழிந்தது.. அந்த மரபின் சின்னம், கௌரவத்தின் எடுத்துக்காட்டாக, உருவகமாக இருந்த வேஷ்டி என்னால் இப்பொழுது சுருண்டு ஓரமாய் கிடக்கிறது.. வேஷ்டி முழுவதும் கறை.. அழியா கறை.. ரத்த கறை..

***

ஷட்டர் அடைத்ததும், அமைதி எங்களை அணைத்ததால், செவிகளுக்கு வேலை இல்லாமல் போனதால், ஏனோ என் நாசி கூர்மையானதை உணர்ந்தேன். அந்த நொடி என்னால் கலைச்செல்வி மீது இருந்து வீசும் சோப்பின் வாசனையை நுகர முடிந்தது. காத்தாடியின் சப்தமும், கலைச்செல்வி கையில் இருக்கும் பேனா நுனி காகிதத்தில் நகரும்பொழுது ஏற்படும் சப்தங்களால் மட்டும் நிறைந்த உலகமாக என் கடை மாறியது. ஷட்டருக்கு வெளியில் இருக்கும் உலகத்தின் இருப்பு முற்றிலுமாக என் சிந்தையில் இருந்து அகற்றப்பட்டு விட்டது.

இந்த உலகத்தில் என்னுடன், என் அருகில், எனக்காக இருக்கும் இப்பெண்ணுக்கு எதையாவது பரிசளிக்க வேண்டும் என்ற ஆசை வந்தது.

"ஏதாச்சு குடிக்கறயா? பெப்சி புடிக்குமா?" என்று கேட்டவுடனேயே அவள் மறுப்பாள் என்று எதிர்பார்த்த என் மனது, அவளை எப்படி ஒத்துகொள்ளவைக்கவேண்டும் என்று யோசிக்க துவங்கியது.

ஆனால் அவளோ, "மிராண்டா இருக்கா?" என்று உரிமையுடன் கேட்டாள். அந்த உரிமை என்னை மேலும் உல்லாசப்படுத்தியது.

அவள் ஒரு பொருள் கேட்டதும் என் உடலில் எங்கிருந்து வந்ததோ தெரியவில்லை அந்த சுறுசுறுப்பு.. வேகமாக திரும்பி, ஒரு துடிப்புடன் ஒரு பாட்டிலை எடுத்து, அதை திறந்து அவள் எதிரில் நீட்டினேன்.

"தாங்க்ஸ்" என்று சிரித்துக்கொண்டே அதை வாங்கிக் குடிக்க துவங்கினாள்.

குடித்து முடித்ததும் அவள் முகம் மேலும் பொலிவாக தெரிந்தது. அவள் இதழ்களில் மிராண்டாவின் ஆரஞ்சு வண்ணம் பூசப்பட்டிருந்தது. அவள் நாக்கால்

தன் உதடுகளை வருடியதும் அது மீண்டும் தன் இயற்கையான சிவப்பு நிறத்திற்கு மாறியது. என்னை அறியாமல் சிரித்துக்கொண்டேன். நான் சிரித்ததும் என்னைப்பார்த்து அவளும் புன்னகை செய்தாள். இரண்டு பேரும் ஒன்றாக சிரித்ததும் எங்களுக்குள் ஏதோ அன்னோன்யம் மலர்ந்ததைப்போல் இருந்தது. அதை அவளும் உணர்ந்ததாலோ என்னவோ, கால்களை மேலிழுத்து நாற்காலியில் சம்மணமிட்டு உக்கார்ந்தாள். அவள் அணிந்திருந்த ஸ்கர்ட் அதற்கு இடையூறாக இருந்ததால் அதை சற்று மேலே இழுத்துக் கொண்டாள். சிரித்துக் கொண்டே அவள் அருகில் கீழே உக்கார்ந்தேன்.

"அய்யயோ, நீங்க மேல உக்காருங்க" என்றாள்.

"இல்ல இல்ல.. இங்க உக்கார்ந்தா தான் வசதியா இருக்கும்" என்று சிரித்துக்கொண்டே கூறினேன், அப்பொழுது என் கண்கள் என்னை அறியாமல் அவள் கால்களை பார்த்தது.

"வசதியா இருக்குமா? சரி சரி" என்று இதழோர புன்னகையுடன் கூறினாள். அவள் கால்களை நான் பார்ப்பதை அவள் அறிந்திருந்த போலவும், அவள் குரலில் இருந்த துள்ளலும் அவளது சிரிப்பும், நான் அவளை பார்ப்பதை அவள் ரசிக்கிறாள் என்று கூறுவதைபோல் இருந்தது.

"என்ன படிக்கற?" என்று, அந்த அன்னோன்னியத்தை தக்க வைத்து கொள்ளவேண்டும் என்ற முனைப்புடன் கேட்டேன். கீழிருந்து அவள் மார்பு மிக வசீகரமாக இருந்தது.

"டென்த் ஸ்டாண்டர்ட்" என்று பதிலளித்தாள். என் பார்வை அவள் வலது முலையை சுட்டுவிட்டதை போல் அதை லேசாக விரலால் தடவி கொண்டாள். அப்பறம் அவள் சட்டை நுனியை விரல்களால் கிள்ளி இழுத்துக் கொண்டாள். அப்படி இழுக்கும்பொழுது அவள் தோள்பட்டையில் அவள் அணிந்திருந்த வெள்ளை

உள்ளாடையின் பட்டா தென்பட்டது. அதை பார்த்ததும் என் மனக்கண்களில் அவள் உள்ளாடை மட்டும் அணிந்து என் எதிரில் நிற்பதுபோல் காட்சிப்படுத்திக் கொண்டேன்.

"ஹாஸ்டல் புடிக்குமா? இல்ல வீடு புடிக்குமா?" என்று கேட்டேன்.

"ஹாஸ்டல் தான் புடிக்கும்.. எங்க கர்ல்ஸ் குரூப்போட இருக்கறது ஜாலியா இருக்கும்.. ஆனா இந்த தடவ இங்க வீட்ல இருக்கவும் நல்லா தான் இருக்கு" என்று கூறினாள். அவள் என்னை சந்தித்ததினால் ஏற்பட்ட சந்தோஷத்திலேயே அப்படி சொல்கிறாள் என்று அற்பமாக யோசித்தேன். விடுமுறைகளை பெரியம்மா வீட்டிலேயே கழித்த அவளுக்கு பாட்டி வீட்டில் கழிக்க பிடித்திருக்கிறது என்று கூட சொல்லி இருக்கலாம். ஆனால் அதை என் மனது அப்பொழுது யோசிக்கவில்லை.

அவள் காதிற்கு பின்னால் இருந்து வியர்வை துளி ஒன்று அவள் கழுத்திற்கு இறங்கி ஓடி வந்தது.

"ரொம்ப சூடா இருக்கா?" என்று கேட்டுக்கொண்டே என் சட்டையில் மூன்று பித்தான்களை அவிழ்த்தேன். என் செயல் அவளிற்கு நான் எதிர்பார்க்கின்ற செய்தியை புரியவைத்துவிடும் என்று எதிர்பார்த்தேன்.

"இல்ல இல்ல. ஹாஸ்டல் இதை விட மோசமா இருக்கும். இங்க நல்லா தான் இருக்குது" என்று சொல்லி கணக்கில் கவனம் செலுத்தினாள். அவள் இதழ்களில் சிரிப்பு மறைந்தது. நான் என் சட்டை பித்தான்களை கழட்டியது அவளை அசௌகர்ய படுத்திருக்குமோ என்று அஞ்சிக்கொண்டே என்னை நானே பார்த்தேன். சட்டை நன்றாக அவிழ்ந்து பிரிந்து என் மேலுடலில் முக்கால்வாசி ஆடையின்றி இருந்தது. பித்தான்களை மறுபடியும் அணிந்துகொண்டால் எங்கே நான் அதை இயல்பாக இல்லாமல் வேண்டுமென்றே கழட்டினேன் என்று நினைத்துவிடுவாளோ என யோசித்து அப்படியே உக்கார்ந்தேன். இரண்டு நிமிடத்திற்கு முன்பு, அவள்

மிராண்டா அருந்தியதும் இருந்த அன்னோன்னியம் ஏதோ குறைந்தது போல இருந்தது. அதை திரும்ப அனுபவிக்க வேண்டும் என்று துடித்தேன்.

"ஏதாச்சு சாப்பட்றயா? தேன் மிட்டாய் வேணுமா?" என்று குரலில் ஒர் அக்கறை தொனியை வரவழைத்து கேட்டேன்.

"இல்ல. வேண்டாம்" என்று அவள் தேன் மிட்டாயை நிராகரித்தது என்னையே நிராகரித்ததை போல் வலித்தது. அந்த வலியும், அந்த வலி தந்த அபாய உணர்வும் என் தலையில் மிச்சமிருந்த போதையை முற்றிலுமாக அகற்றியது. என் அரைநிர்வாண நிலையும், அவள் முகத்தில் எப்பொழுதும் இருக்கும் புன்னகையின் மறைவும் என்னை அச்சத்தில் மூழ்க செய்தது.

"உன்ன ரொம்ப கஷ்டப்படுத்தறேனா? வீட்டுல ஜாலியா இருந்துருப்ப.. இங்க கூட்டிவச்சு படுத்தறேனா?" என்று மெல்லிய குரலில் விசாரித்தேன்.

"அய்யயோ.. அதெல்லாம் இல்ல.. வீடு தான் போர்.. இங்க ஜாலியா தான் இருக்கேன்" என்று சொல்லும்பொழுதே அவள் முகத்தில் புன்னகை திரும்பியது.

"பிஸ்கட் இருக்கா?" என்று பழைய உரிமையுடன் கேட்டாள்.

"இருக்கே.. உனக்கு இல்லாததா" என்று சொல்லிக்கொண்டே வேகமா எழுந்தேன். நேற்று காலை என்னால் இப்படி எழுந்திருக்க முடிந்திருக்குமா என்று தெரியவில்லை. ஆனால் அவள் கேட்டதும் ஒரு நாய்க்குட்டியை போல் துள்ளி எழுந்து போனேன். நான் கஷ்டப்படுத்திகிறேனா என்று கேட்டதும் என்னை ஆறுதல் படுத்தவதற்காகவே அவள் அதை கேட்டாள் என்று அப்பொழுது எனக்கு விளங்கவே இல்லை.

பிஸ்கட்டை சாப்பிட்டுக் கொண்டே கணக்கு பார்த்துக்கொண்டிருந்தாள். ஒவ்வொரு பிஸ்கட்

முடிந்ததும் என்னை பார்த்து சிரிப்பாள். என் மனதில் விவரிக்க முடியாதளவு பரவசம் நிறைந்தது. போதையில் இருந்ததால் இன்னும் நன்றாக இருக்கும் என்று தோன்றியது. மெதுவாக நடந்து ஸ்டோர் ரூம் சென்று அரை பாட்டில் விஸ்கியை ஒரு வேகத்தில் குடித்தேன். நான் எதிர்பார்த்ததுபோலவே என் உடல் முழுவதும் குளிர்ந்து, ஒரு விதமான உச்சத்தை அடைந்ததைப்போல் இருந்தது. சிரித்துக்கொண்டே திரும்பிவந்தேன். அவளும் என்னைப்பார்த்து சிரித்தாள். போதையில் இருந்த எனக்கு அவள் சிரிப்பு என்னை வா என்று அழைப்பதுபோலவே இருந்தது. அவள் கழுத்து முழுவதும் வியர்வையில் நனைந்து இருந்தது. மெதுவாக என் கையால் அதை துடைத்தேன். ஒரு நொடி அவள் உடல் பயத்தில் குலுங்கியது, அடுத்த நொடி என் ஸ்பரிசம் அவளுக்களித்த கூச்சத்தால் சிலிர்த்து சிரித்தாள். துடைத்து முடித்ததும் அவளை பார்த்தேன். உதட்டில் சிரிப்பு இருந்தது. ஆனால் கண்களில் லேசான பயம் தெரிந்தது. அந்த பயத்தை நான் ஆர்வமாக எடுத்துக்கொண்டேன். மறுபடியும் லேசாக அவள் கழுத்தை வருடினேன்.

"ஏய்" என்று பெண்மையான அதட்டலுடன் சொல்லி சிரித்தாள். என் முகத்தில் சிரிப்பு மறைந்தது. அடிவயிற்றில் ஏதோ நெளிந்து, என் சுவாசம் பெருமூச்சுகள் ஆனது. அவள் உதட்டிலும் இப்பொழுது சிரிப்பு மறைந்து என்னை பார்த்தபடி இருந்தாள். கடந்த காலம், எதிர்காலம் எல்லாம் என் சிந்தையில் தடயமில்லாமல் மறைந்துபோனது.. என் மனது, அறிவு, உணர்ச்சிகள் அத்தனையும் அந்த ஒரு நொடியை, எதிரில் இருக்கும் அந்த பெண்ணை நோக்கியே பாய்ந்தது. அவள் கைபிடித்து அவளை எழுந்திருக்கவைத்தேன். உச்ச பயத்தில் நிராயுதபாணியாக ஆன அச்சிறுமி என்ன செய்வதென்று தெரியாத குழப்பத்தில் தான் நான் இழுத்த இழுப்புக்கு அடிபணிகிறாள் என்று அப்பொழுது புரியவில்லை. அவள் எழுந்ததும் அவளை அணைத்துக்கொண்டேன். என் கைகளால் அவள் முதுகை வருடினேன். என்னிடம் இருந்து அவளை பிரித்து அவள்

முகத்தை பார்த்தேன். அவள் இதழ்கள் துடித்தது, கண்கள் கலங்கியது. கன்னிப்பெண், பயப்படுகிறாள் என்று அதை எடுத்துக்கொண்டேன்.

"ஒண்ணுமில்ல" என்று அவள் காதில் முனங்கினேன். அவள் கைகளால் என்னை லேசாக தள்ளினாள். அவள் தள்ளியதும், இந்த நொடியில், இந்த மாதிரி ஒரு நொடியில், அவள் நிராகரிப்பு என்னை மேலும் ஆசைகொள்ளவைத்தது. அவளை அடைந்தே தீர வேண்டும் என்ற வெறி வந்ததை உணர்ந்தேன். சட்டென்று அவளை லேசாக தள்ளி வைத்து, என் வேஷ்டியை கழட்டி வீசினேன். என் உறுப்பு உயிர் வந்து துடித்துக்கொண்டிருக்கும் என்று எண்ணி கீழே பார்த்தேன். ஆனால் அதுவோ, செத்து, ஜீவனற்று துவண்டு கிடந்தது. என்னுள் திடிரென்று ஓர் அளவுகடந்த அவமான பெருங்கடல் ஓடியது.

"வேண்டாம்.. நான் போகணும்" என்று கலைச்செல்வி முனங்கினாள்.

"இல்ல இல்ல.. இப்போ சரி ஆய்டும்" என்று சொன்னபொழுது நான் அவள் முன் நிர்வாணமாக நிற்பதும், அவள் முகம் முழுவதும் கண்ணீரால் நனைந்திருப்பதையும் பார்த்தேன். திடிரென்று என் சிந்தை முழுவதும் என் கடந்த காலமும், எதிர்காலமும் பேருருவம் கொண்டு நின்றது. நான் யார் என்ற அறிதலும், என் எதிரில் நிற்பவள் யார், அவள் வயதென்ன என்ற அறிதலும் மின்னல் போல் என் மனதை வெட்டியது.

"நான் போகணும்" என்று உச்ச ஸ்தாயில் அவள் கத்தியதும், அவ்வளவு நேரம் என் கண்ணுக்கு பெண்ணாக தெரிந்த கலைச்செல்வி சிறுமியாக தெரிந்தாள். அந்த அலறல் என்னை பதறச் செய்தது.

"ஷூ" என்று அதட்டினேன்.

என்னை தள்ளிவிட்டு அவள் ஷட்டர் அருகே நடக்க துவங்கினாள். எனக்குள் நான் ஏதோ ஓர் எல்லையை

கடந்துவிட்டேன் என்ற உணர்வு வந்தது. இப்பொழுது, இந்த நொடி, இந்த ஷட்டர் பூட்டப்பட்ட கடைக்குள் இருப்பதுதான் வாழ்க்கை, ஷட்டர் திறக்கப்பட்டால் என் கடந்தகாலம் சேதப்பட்டு விடும், என் எதிர்காலம் இல்லாமல் ஆகிவிடும் என்ற அச்சம் என் தலைக்கேறியது. பாய்ந்து சென்று அவளை பிடித்து இழுத்து கீழே தள்ளினேன். என்னிடம் இன்று வெடித்த இந்த திடீர் வன்முறைச் செயல் அவளை மேலும் நடுங்கச்செய்தது.

"ப்ளீஸ்.. நான் யார்கிட்டயும் சொல்ல மாட்டேன்" என்று கெஞ்சினாள். அவள் கெஞ்சல்கள் அவள் அலறல்களை விட கொடியவையாக இருந்தது. நீலகண்ட பிள்ளை என்னவாக ஆகிவிட்டான் என்று அது கோடிட்டு காட்டியது. நீலகண்ட பிள்ளை மிருகமாக ஆகிவிட்டானா அல்லது அவன் எப்பொழுதுமே மிருகம் தானா என்ற கேள்வி என்னுள் வந்து சென்றது..

"ப்ளீஸ்" என்று அழுதுகொண்டே மறுபடியும் கெஞ்சினாள். அவள் மேலே பாய்ந்து அவள் வாயை அடைத்தேன். என் அசைவுகள், என் செயல்கள் ஒவ்வொன்றும் அவளை மேலும் மேலும் பதறச்செய்தது. பற்களால் என் கையை கடித்தாள். வலியில் அவள் வாயில் இருந்து என் கையை எடுத்ததும் கசாப்பு கடையில் வெட்டப்படும் ஆடு அலறுவதை போல் அலறினாள். அருகில் சுருண்டு கிடந்த வேஷ்டியை எடுத்து அவள் முகத்தின் மீது போட்டேன். மறுபடியும் வாயை மூடினேன். அவள் மூச்சுவிட கஷ்டப்படுவதைபோல் இருந்தது, கையை மறுபடியும் எடுத்தேன். வேஷ்டிக்கு கீழ் இருந்தாலும் அவள் குரல் கணீரென்றே இருந்தது, அவள் அலறியபொழுது. வெளியில் வண்டி சத்தம் கேட்பதைப்போல் இருந்தது. ஆம், வண்டி தான். அதை அவளும் கேட்டு விட்டாள்.

"காப்பாத்துங்க" என்று அலறியதும் அவள் முகத்தில் அவளை அமைதிப்படுத்தவேண்டும் என்று எண்ணி ஓங்கி ஒரு குத்து விட்டேன். அடி அவள் மூக்கின் மேல் விழுந்தது.

மூக்கு உடைந்து ரத்தம் கசிய துவங்கியது. அத்தனை வருடம் கறைத்தீனி போடாமல், வெள்ளையாகவே பராமரித்து வந்த எங்கள் குடும்ப அடையாளமான வேஷ்டிக்கு என்ன பசியோ என்று தெரியவில்லை, அவள் மூக்கில் இருந்து கசிந்த குருதியை மிகுந்த பேராசையுடன் உறிந்து மேலே பூசிக்கொண்டது.

சற்று நேரம் அமைதியாக இருந்த கலைச்செல்வி மறுபடியும் ஒரு வண்டியின் ஓசைகேட்டு அலற ஆரம்பித்தாள். ஒரு அடி அடித்த எனக்கு இன்னொன்று குடுக்க தயக்கம் வரவில்லை. மறுபடியும் அவள் முகத்தில் ஓங்கி குத்தினேன்.

"அம்மா... அம்மா" என்று முனங்கினாள். கால் முட்டியால் அவள் வயிற்றின் மீது அமுக்கினேன். முகத்தில் விழுந்த அடியை விட வயிறு அதிகமாக வலித்ததோ என்னவோ கைகளால் முட்டியை தள்ளிவிட்டாள். மூச்சுவிட கஷ்டப்படுகிறாளோ என்று முட்டியை சற்று அகற்றிக்கொண்டேன். அதன்பிறகு அவள் சத்தமே போடவில்லை. மெதுவாக, முக்கால்வாசி சிகப்பாக மாறி இருந்த வேட்டியை அவள் முகத்தில் இருந்து விலக்கினேன். அவள் முகம் முழுவதும் சிகப்பாக மாறி இருந்தது. இடது கண் இமை பிளக்க பட்டிருந்தது. அவள் உதடு துடித்துக்கொண்டிருந்தது. ஐந்து நிமிடத்திற்கும்முன் இருந்த முகம் இது இல்லை.

"என்ன செஞ்சுட்டேன்... என்ன ஆயிடுச்சு.. அய்யயோ" என்று புலம்பினேன். என் கைகள் நடுங்கியது. உடலே நடுங்கியது.

"அய்யயோ" என்று புலம்பிக்கொண்டே இருந்தேன்.

"என்னவா ஆயிட்டேன்... அய்யயோ.. என்ன சொல்லுவேன்.." என்று முனங்கினேன். கலைச்செல்வி லேசாக அசைந்தாள். ஆனால் அதை என்னால் உணர முடியவில்லை.

"அய்யயோ அய்யயோ" என்று புலம்பிக்கொண்டே இருந்தேன். என் பிடியில் இருந்து விலகி சற்று தள்ளிப்போய் உக்கார்ந்துகொண்டு என்னை பார்த்துக்கொண்டே இருந்தாள் அவள். அவளை நேராக பார்த்தேன், அவள் உதடு நடுங்கிக்கொண்டே இருந்தது. இருகைகளையும் கூப்பி என்னை விட்டுவிடு என்பதைப்போல் வணங்கினாள்.

"என்ன செஞ்சுட்டேன்.. அய்யயோ" என்று என் நெஞ்சை அடித்துக்கொண்டேன். மெதுவாக ஓர் மழலையைப்போல் தவிழ்ந்து ஷட்டர் அருகில் சென்றாள் அவள். அவளை திரும்பி பார்த்தேன்.

"தாத்தா.. வெளிய சொல்ல மாட்டேன் தாத்தா.. விட்டுங்க தாத்தா.. ப்ளீஸ்" என்று சொல்லிக்கொண்டு, கைகூப்பி கெஞ்சினாள். அந்த நொடி அந்த ஷட்டரை திறந்து வெளி உலகத்தை பார்க்கும் தகுதியை, அருகதையை நான் இழந்துவிட்டேன் என்று எனக்கு புரிந்தது. ஷட்டரை லேசாக திறந்து தவழ்ந்து வெளியேறினாள் கலைச்செல்வி.

அவள் பின் சென்று ஒரு முறை வெளியே பார்த்தேன். சூரிய வெளிச்சம் கண்களை கூசியது. அவள் சட்டையால் முகத்தை துடைத்துக்கொண்டு நடக்கமுடியாமல் நடந்து கொண்டிருந்தாள். கடையின் இடதுபுறம் யாரோ நின்றுகொண்டிருப்பதை உணர்ந்து திரும்பிப்பார்த்தேன். கிழவியின் நாய் நின்று உறுமிக்கொண்டிருந்தது. பிறகு என்னை பார்த்து இருமுறை குறைத்துவிட்டு கலைச்செல்வியை பின்தொடர்தது.

வேகமாக ஷட்டரை சாத்திவிட்டு உள்ளே வந்தேன்.

"என்ன செஞ்சுட்டேன்" என்று உதடு புலம்பிக்கொண்டே இருந்தது.

"எல்லாம் போச்சு" என்று சொல்லி, கண்களை மூடி யோசித்தேன்.

***

மேஜை மீது ஏறி நின்றுகொண்டிருக்கிறேன். காலம் காலமாக எங்கள் அடையாளமாக இருந்த வேஷ்டி, இப்பொழுது கறைபடிந்ததினால், என் கழுத்தை சுற்றி இருக்கிறது.

"என்ன செஞ்சுட்டேன்" என்று முனங்குகிறேன். நான் எப்படி இதை செய்தேன்? எங்கே துவங்கியது இது? எல்லாம் முடிந்தது..

"எல்லாம் போச்சு" என்று முனங்குகிறேன். என் மனது மறுபடியும் ஓர் முறை நேற்று காலையில் இருந்து நிகழ்ந்ததை நினைத்து பார்க்கிறது.. நடுவில் என் கடந்த காலத்தின் சில நினைவுகளும் வந்து போகிறது..

"அம்மா" என்று முனங்குகிறேன்.

"எல்லாம் போச்சு" என்று மறுபடியும் முனங்குகிறேன்.

சற்று எம்பி மேஜையை கீழே தள்ளி விட்டேன்.

வலிப்பு வந்து துடித்துக் கொண்டிருந்த என் தாய் என் கழுத்தை நெறிப்பதைப்போலவே இருக்கிறது.......

****